காகிதமழை

சி. அஷ்வின் பரமேஷ்வர்

Copyright © S. Ashwin Parameshwar 2024
All Rights Reserved.

ISBN 979-8-89415-959-1

This book has been published with all efforts taken to make the material error-free after the consent of the author. However, the author and the publisher do not assume and hereby disclaim any liability to any party for any loss, damage, or disruption caused by errors or omissions, whether such errors or omissions result from negligence, accident, or any other cause.

While every effort has been made to avoid any mistake or omission, this publication is being sold on the condition and understanding that neither the author nor the publishers or printers would be liable in any manner to any person by reason of any mistake or omission in this publication or for any action taken or omitted to be taken or advice rendered or accepted on the basis of this work. For any defect in printing or binding the publishers will be liable only to replace the defective copy by another copy of this work then available.

விண்ணைச் சுட்டும் லட்சியம் விதைத்து
நன்னயம் நகைச்சுவையோடு பேசச் சொல்லிக்
கொடுத்து
மண்ணையும் மனிதர்களையும் நேசித்து
வாழக்கற்றுக்
கொடுத்த அன்புத் தாத்தா
கதர். சம்பந்தம் அவர்களுக்கு

பொருளடக்கம்

அணிந்துரை

ஒரு மழைக்காலப் பாடகனின் மின்னல் குறிப்புகள்...! -

இரா. மோகன்ராஜன்

மனிதன் முளைப்பதற்கு முன்னும் பின்னுமாக இந்த மழை இங்கு பெய்தபடிக்குத்தானிருந்தது, இருக்கிறது. முதல் மழையில் நனைந்த பூமியின் முகம் எப்படி இருந்திருக்கும்? முதல் முத்தம் பெற்ற காதலி போன்றென சொல்லலாமா அதை? முதல் மழையில் நனைந்த தாவர இலைகளின், தட்டாரப் பூச்சிகளின், செம்பருத்திப் பூவின் முகங்கள் எப்படி இருந்திருக்கும்?! ஈராயிரம் ஆண்டு தமிழ் இலக்கிய நெடும்பரப்பு வாய்மொழியிலும், நினைவடுக்குகளிலும், பனையோலைகளிலும் பின்னர் காகிதத்திலும், கணினியிலும் விடாத மழையை ஈரம் காயாமல் சேமித்து வைத்துக் கொண்டுதானிருக்கிறது.

மாமழை போற்றுதும் என்றான் இளங்கோ, வான்மழை பொய்த்தால் வாழ்நிலை திரியும் என்றான் வள்ளுவன். மழைபாடா வானம், மழை பாடா காற்று, மழைபாடா தவளை ஏதுமில்லை. எல்லோருக்குமான மழை, படைப்பு மனதில்

விழும்போது மட்டும் அது அவ்வளவு எளிதில் ஓய்ந்துவிடுவதில்லை. அகத்தில் விழும் துளி ஒருபோதும் காய்ந்துவிடுவதில்லை. தம்பி அஷ்வின் பரமேஷ்வர் தனது கவிதைகள் நிறைந்த "காகிதமழை"த் தொகுப்பை ஒரு வெக்கைப் பொழுதில் என்னிடம் கொடுத்திருந்தார்.

'காகித மழை' - இதென்ன பெயர்? செயற்கை மழையியா?... காகிதப்பூ, காகித ஓடம் தெரியும்...! காகித கப்பல்விட காகித மழை சரியாகத்தான் இருக்கும். ஆனால்.... அதுவல்ல.... இது மழைக்கு முந்தய காற்றைப் போல பக்கங்கள் படபடக்க செய்கிறது. இளம் படைப்பாளி அஷ்வின் தனது கைகளில் சின்னக் குழந்தை போல உள்ளங்கைகளில் மழைகளின் மொத்தத் துளிகளையும் ஏந்திவிட முயல்கிறார்.... அது புறங்களிலும், விரல் இடுக்குகளிலுமாக வெளியேறி வேடிக்கைக் காட்டுகிறது. ஏந்திய துளிகளில் இந்த உலகை, வானத்தை, விண்மீன்களை, காதலியின் கண்களை, உயிரின் ஓசையை காட்டிவிடத் துடிக்கிறார். அந்த துடிப்பின் துளிகளைத்தான் இந்தப் பக்கங்களில் நாமும் பருகிச் செல்கிறோம். மழையை உள்ளபடியே... யாதொருவராலும் சொல்லிவிட முடிவதில்லை. ஏனெனில் மழை காலம் காலமாக மழையாகவே கலப்படமற்று இருக்கிறது. காகிதத்துக்குள் அல்லது, கணினிக்குள், நினைவுத் தாழ்வாரங்களுக்குள் அசலாகப் பெய்து விடுவதில்லை ஒருபோதும். அதனால்தான் தம்பி அஷ்வின் காகித மழை என்கிறார் போலும், எனினும் மின்னல் தெறிப்புகளை அசலாகக் கொண்டிருப்பதை கவிதை வரிகள் பளீரென காட்டிச் செல்வதில் திகைக்க வைக்கிறார்...!

தலைப்புக் கவிதை, 'காகிதமழை' அப்படியானதொன்றுதான்....

பச்சை விழித்திரை காதல் கக்கும்
இத்தனைக் காதலா நிலத்தின் மேல்!

காதலியின் விழிகள் செவ்வரியோடும் என்றால் மழைக்காதலியின் விழிகள் பச்சையோடுகிறது.... இச்சை...!

மழை எங்கும் பெய்து கொண்டுதானிருக்கிறது... ஈரம் படரும் எதுவும் மழையின் சாயல்தானே... வாழ்வின் அத்தனை தருணங்களையும் தன்னுள் நனையவிட்டபடி நகர்கிறது அஷ்வின் கவிதைகள்.... காலம் என்றொரு தலைப்பின் மீதாக சில சுவடுகள் இப்படி பதிகின்றன.

தெரிந்த மரணத்தை சந்திக்க
வாழ்க்கைத் தேர்ந்தெடுத்த வழித் துணையா...

இறுதி வரிகள் இப்படி முடிகின்றன.

காலம் அதுவாகவே உள்ளது
அர்த்தப்படுத்திக்கொள்கிறோம் வெவ்வேறாக !

காலத்தை நம்பிக்கையாக கொள்ளும் கவிஞன் அதை ஒரு பயண நேரத்து அனுபவமாக மாற்றிக்கொள்ளும் அதிசயத்தை நிகழ்த்துகிறான்.

குழந்தையை குழந்தையாக பார்க்கும் கண்கள் அவ்வளவாக வாய்ப்பதில்லை எல்லோருக்குமாக. கண்கள் வளர்வதில்லை என்கிறது மருத்துவ ஆய்வு. கண்கள் வளர்வதில்லை ஆனால் முற்றிவிடுகின்றன. அஷ்வின் தன் கண்களை

ஒரு குழந்தையினுடையதாகவே காப்பாற்றிக் கொண்டுள்ளார்.

பொம்மைக்காகத் தன் அண்ணனிடம் அடம் பிடிக்கும் ஒரு பிடிவாதக் குழந்தை பற்றிய சித்திரம் அழகானது. நவீன புகைப்படக் கருவிகள் கையாள முடியாதது.... அழும் குழந்தையை சமாதானப்படுத்த யாரால் இயலும்? மழை குழந்தையை சமாதானப்படுத்துகிறது. தாயைப்போல.... கொஞ்சம் அன்பு, பரிவு, சற்றே பொய்க் கோபத்துடன்.... அம்மா அப்படி மூஞ்சை வைத்துக் கொள்ளாதே நான் பயப்படுகிறேனோ இல்லையோ... பொம்மை பயப்படுகிறதோ இல்லையோ... அண்ணன் நிச்சயம் பயந்துபோவான் என்பதுபோல.... குழந்தை இடி மின்னலுக்கு தனக்கு பொம்மை தராத அண்ணன் பயப்படுவான் என்கிறது. இதுதான் குழந்தை.... இதுதான் மழை... அசல் குழந்தையும்.... அசல் மழையும் வேறு வேறல்ல... அதை கண்டுகொள்ள அசல் படைப்பு மனதால் மட்டுமே இயலும். அஷ்வினுக்கு அது வாய்த்திருக்கிறது.

அரைமணி நேரத்தில் அனைத்தையும் மறந்தாள் படியிறங்கி வருகையில் வானத்தில் பெருஞ்சத்தம் பதட்டத்துடன் கூறினாள் மாமா சீக்கிலம் போ...! இதி இதிக்குது அண்ணன் பயப்பதுவான்...! (இதி இதிக்குது)

குழந்தையின் புன்னகை எத்தனை வசீகரமானதோ... அத்தனை கொடுமையானது அழுகை...! கவிஞன் கையாளும் உவமையை பாருங்கள்... வரமிளகாய் முகம் சிவக்க அழுதாள் சின்னக்குட்டி...! வரமிளகாய்... தன்னுள் அத்தனை காரங்களையும் அடக்கி வைத்துக்

கொண்டுள்ளது. வாடி வதங்கி கோபம் கொப்பளித்துக் கிடக்கும் அது. குழந்தை விடாது அழுமானால் பாட்டி சொல்வாள், கண் திருட்டி பட்டுவிட்டது என்று. அம்மாவிற்குத் தெரியும் குழந்தையின் அழுகை எத்தனை காரம் கொண்டது என்று.... அவள் கண்களிலும் நீரை வரவழைக்க கூடியதன்றோ குழந்தையின் அழுகை...! அவள் நெருப்பில் கொண்டு கொட்டுவாள் குழந்தை தலைச் சுற்றி வரமிளகாய் சிலவற்றை...! எப்படித் தெரியும் அவளுக்கு குழந்தையின் அழுகையும் வரமிளகாயும் ஒன்றென்று. வெடித்து நெடிபரப்பும் குழந்தையின் சகிக்க இயலாத அழுகையே வரமிளகாய்...!

பிறிதொரு கவிதை.... மழலை பற்றி,

இருள் ஆளும் வானத்தில் ஒளி மின்னல் நீ
சிறைபட்ட மனதிற்கு சிறு சன்னல் நீ

குழந்தை இந்த உலகின் படைப்பு அற்புதம்... அது நாய்க் குட்டியாய்... சிறு அணில் குட்டியாய் இருக்கலாம்... சிறைபட்ட மனதின் சிடுக்குகளை களைய சன்னலை அகலத் திறந்து குழந்தைகளை மெல்லியக் காற்றென வரவிடுங்கள்.... சிறு சன்னலும் குழந்தையும் தான் முன் விரியும் உலகை உள்ளபடிக் காட்டக் கூடியவை...! உங்கள் கதவுகளை அகலத் திறக்கக்கூடியவை.

குழந்தையும் கொண்டை சேவலும் கொஞ்சி விளையாடுகின்றன. உயிர் விளையாட்டு! பெரியவர்களுக்கும்தான் ஆனால் அது வேறு. அவர்களைப் பொறுத்தவரை அவை நடமாடும் கறிக்கூடம்! அன்றைய உணவு விடிவதற்கு கூவக்கூடியவை. சேவல் குலதெய்வப் படையலாகிறது.

கைகூப்பி நிற்கும் ஒரு கணம் - குழந்தை என்ன நினைப்பாள்? (சின்னக் குட்டியும் சேவலும்) கவிஞர் அதிர்ச்சியானக் கேள்வியோடு இப்படி முடிக்கிறார். ஒருமுறை எங்கள் வீட்டு சுட்டிக் குழந்தைகள் விளையாடிக் கொண்டிருந்த போது குழந்தை தள்ளிக் கொண்டு வந்த நடை வண்டியில் அடிபட்டு விடுமென ஓடிச் சென்று பொம்மைக் குழந்தையை தூக்கி தோளில் அணைத்தது மற்றொரு குழந்தை. குழந்தைகள் உலகில் உயிரற்ற பொம்மைக் கூட உயிர்ப்பானவையே. குழந்தைகள் உலகில் மரணங்கள் கிடையாது.

ஒரு மண் புழுவின் யாத்திரை - பற்றி சொல்கிறது பிறிதொரு கவிதை. உலகை நெளிவு சுளிவுகளோடு சுற்றிவரும் மண்புழு பற்றியது அது. நிச்சயமாக அது மண்புழுவின் யாத்திரை மட்டுமா அஷ்வின்?

மழை பெய்து கொண்டிருக்கிறது. நிற்கிற மழை எங்காவது உண்டா என்ன.... எல்லோருக்குமான மழை சிலருக்கு சாபமாக, சபிக்கப்பட்டதாக இருந்துவிடுகிறது. காலற்ற சிறுமியின் சன்னல் மழை இது...

.... நடனமாடும் மரக்கிளையை ஜன்னல் வழி
பார்த்துக் கொண்டே
இல்லாத கால்களுக்கு அஞ்சலி செலுத்துகிறாள்
சிறுமி....
நனைந்து இறங்கும் இறகு ஒன்று தேடுகிறது
பிரிந்து சென்ற சிறகை. (கா..கா..கா)

பிரமிளின் சிறகு ஒரு பறவையின் பாடலை எழுதி சென்றது என்றால் இங்கு ஒரு சிறுமியின் கண்ணீரை எழுதிச் செல்கிறது மழை.

பூமியை வாழவிடு என இறைஞ்சுகிறது கவிமனது. உள்ளது ஒரு பூமி. யாருமற்ற பூமி கனவில் கூட வருவதில்லை. உலகமயமும், மனிதப் பேராசையும் ஒரு முறைப் பயன்படுத்தித் தூர எறியும் காகித குவளையாக காகிதப் புவியாக்கத் துடிக்கிறது....!

ஹிரோசிமாவை அழித்த நமக்கு
ஒரு ரோஜாவைப் படைக்கத் தெரியுமா?
ஜன்னல்கள் அமைக்கும் நமக்கு
மின்னல்கள் ஏவத்தெரியுமா?

மெய்யாகவே ஒரு ரோஜாவை ரோஜாவாகப் பார்க்கத் தெரிந்தால், குழந்தையை குழந்தையாகப் பார்க்கத் தெரிந்தால் நாம் அணுகுண்டுகள் பற்றி பேசலாம் கலாம்?!

கவிஞன் சதா பயணம் போகக்கூடியவன் விண்ணிலும், மண்ணிலும் அவனது காலச்சுவடுகள் சஞ்சரித்தபடி இருக்கும். அகமும், புறமும் அலைவுற்றபடியிருக்கும் அவனது கண்கள். எல்லோரும்தான் பயணிக்கிறார்கள் சாலையில், படைப்பு மனம் மட்டுமே வழிபடுவதாக இருக்கிறது.... இத்தனை நேசத்திற்குரிய கனவுகளை ஏற்றிச் சொல்லும் இரவின் இருள் அப்பிய கருஞ்சாலை, திடீரென்று குழந்தையின் இரத்தத்தை பலியேற்கும் நடுச்சாலை பீடமாய், சதுக்கப் பூதமாய் மாறி விழுங்கும் போது, திடீர் அலறியடிக்கும் 'முழிப்பாய்' துக்கத்தில் அணியும் நெடிய கருப்பு ரிப்பனாக மாறிவிடுகிறது. 'சாலைப்புராணம்' சாலையை மென்மனதுக்காரர்களிடம் தயவுசெய்து ஒப்படைத்துவிடுங்கள். அது ஒரு பூங்கொத்தாக மாறிவிடட்டும் என்று அரற்றுவதை கேட்க முடிகிறது.

பொதுவாக பேரிடர் என்பது நாகரிகம் வழங்கிய சொல். மெய்யாகவே பேரிடர் என்று எதுவும் இல்லை. மடியில் கனமிருந்தால்தான் வழியில் பயம் என்பது போல். இயற்கை மனிதனைக் கொல்வதில்லை. மாறாக நவீனத்தின் மோதல்களே மனிதனைக் கொல்கின்றன. ஆழிப்பேரலை பெருங்கடலின் தீக் கண்ணீர். எதுவுமற்றவனை தீண்டுவதில்லை அது. கண்ணகியின் சீற்றம் போன்றது. தீத்திறந்தார் பக்கம் மட்டுமே சேரும். எனினும் ஆழிப்பேரலை மண்ணின் சித்திரங்களை அழிக்கத்தான் செய்தது. கவிஞன் பெருங்கடலில் பொங்கும் அலைகளை நோக்கி கட்டளையிடுகிறான்.

திரும்பி எழாதே, வார்த்தைகளில் விளையாடும்
வித்தகர்ஞுக்காக அல்ல
வாழ்க்கையில் வலை போடும்
சாமானியர்களுக்காக.
(ஆழிப் பேரலை)

ஒரு குழந்தையின் புன்னகை போல, அழுகையைப்போல ஒரு படைப்பாளியின் மனது திறந்து கொள்ளும் அசலான தருணம் எதுவென்று அத்தனை எளிதில் இனம் கண்டுவிட இயலாது. அஷ்வினின் காகித மழைக்குள் நனைந்து திரும்பி இன்னும் கொஞ்சம் பெய்யாதா என குழந்தை கரம் நீட்டி வானம் பார்க்கிறேன்.... பாரதியின் படைப்புக்குள் ஆவேசமான மழையை பார்க்கலாம் தீம் தறிகிட என அது கொட்டுப்பறை திக்கெட்டு முழங்கும். அஷ்வின் கவிதை வெளியெங்கும் ஒரு சாரல் மழை சதா பெய்தபடியிருப்பதை குறிப்பிட்டு சொல்ல வேண்டும். ஒவ்வொரு படைப்பாளியினுள்ளும் ஒன்று கூட வரும். நனைந்த பின்னதாக சொட்டும் துளியென. ஆனந்தின்

கவி வானத்து சிட்டுக் குருவி போல. நகுலனின் அறைச் சுவற்று இருண்மை போல. ஆத்மநாமின் வெண் சுருட்டுப் புகைக்குள் வளையமிடும் மென்மையான பதட்டத்தைப் போல. ஆர்.கே. லெக்சுமணனின் கேலி சித்திரத்தில் வரும் அந்த குடை போல.

காகிதமழை என்னளவில் நல்ல அடையாளங்களுடன் கூடிய ஒரு படைப்பை, படைப்பாளியை.அச்சு அசலான ஒரு மழைக்கால பின்மாலைப்பொழுதை அதன் அத்தனை பாவங்களுடன், கவிச்சியுடன் தந்து கொண்டுள்ளதாகவே கருதுகிறேன்.

இரா. மோகன்ராஜன்
26, மருதங்காவெளித் தெரு,
முத்துப்பேட்டை - 614704
திருவாரூர் மாவட்டம்.
கைபேசி : 8012622824

என்னுரை

என்னை கவிதை எழுத தூண்டியது இயற்கையும், சமூகமும். இயற்கையில் குறிப்பாக மழை. ஒவ்வொரு முறையும் பருவமழை தொடங்கும் சமயத்தில் எனக்குள் உறங்கிக் கிடக்கும் கவிதை விதை துளிர்விட்டுக் கிளம்பும். என் ரசனையை செழுமையாக்கியதில் மழைக்கும், நான் பிறந்து வளர்ந்த மண்ணுக்கும் பெரும் பங்கு உண்டு.

நெகிழ்ச்சி, துக்கம், பயம், கோபம், கொண்டாட்டம் ஆகியவற்றை பதிவு செய்ய எனக்கு கிடைத்த வடிகால்தான் கவிதைகள். பதினைந்து வயதில் இருந்து எழுதத் தொடங்கியதால் சில கவிதைகள் குழந்தைத்தனமாக இருக்கலாம். ஆனால் அந்த நேரத்தில் என்னுள் உதித்த கற்பனைகள் அவை. அதனால் அதை அப்படியே பதிவு செய்து விட்டேன். குழந்தைகளின் கள்ளம், கபடமற்ற எளிய, இனிய உலகம் எல்லோரையும் போல என்னையும் மிகவும் வசீகரிக்கும் ஒன்று. அதனால் அவர்களுக்கு என் கவிதைகளில் ஒரு பெரிய இடமும் உண்டு. இந்தக் கவிதைத் தொகுப்பு இன்னும் பல கவிதைகள் எழுத வேண்டும் என்ற உத்வேகத்தை எனக்கு அளித்துள்ளது.

இந்த 'காகிதமழை' கவிதைத் தொகுப்பு வெளியாவதற்கு காரணமாக இருந்த அன்னம் அகரம் பதிப்பகத்தின் உரிமையாளர் திரு. கதிர் அவர்களுக்கு என் மனமார்ந்த நன்றிகள். என் கவிதைத் தொகுப்புக்கு மிகச் சிறந்த அணிந்துரை எழுதிக்கொடுத்து என்னை உற்சாகப்படுத்திய அண்ணன் திரு இரா. மோகன்ராஜன் அவர்களுக்கு என் அன்பார்ந்த நன்றிகள். கவிதைத் தொகுப்பை வெளியிட ஒப்புக் கொண்ட நாவலாசிரியர் ஐயா. பொன்னீலன் அவர்களுக்கும், முதல் பிரதியை பெற்றுக் கொள்ளும் எழுத்தாளர் ஐயா. பாவண்ணன் அவர்களுக்கும் என் பணிவான வணக்கமும், நன்றியும். நூல் வெளியீட்டு விழாவிற்கு வருகை புரிந்து சிறப்பித்த புத்தாக்க சிந்தனையாளர் திரு.வெ.இறையன்பு,இஆப அவர்களுக்கு மனமார்ந்த நன்றிகள். என் திறமையை வளர்த்துக் கொள்ள உறுதுணையாக இருந்த என் மாமா, மருத்துவர் ச. மருதுதுரை அவர்களுக்கு என் நெஞ்சார்ந்த நன்றி.

என்னை இலக்கியம் படிக்க அனுமதித்து உற்சாகப்படுத்திய என் அப்பா திரு ப. சிவக்குமார் அவர்களுக்கும், அம்மா திருமதி. மாலதி சிவக்குமார் அவர்களுக்கும் என் உளமார்ந்த நன்றிகள். என் கற்பனைக்கு பலம் சேர்க்கும் மனைவி கோபிகாஸ்ரீ அவர்களுக்கும், வளம் சேர்க்கும் அன்பு மகன் தியான் சமரனுக்கும் பாசம் கலந்த நன்றிகள். தங்கை வருணாவிற்கு அன்பு கலந்த நன்றி.என் எண்ணங்களை வளப்படுத்திய லயோலோ கல்லூரியின் நூலகத்திற்கும், என் கனிவான நன்றிகள். மறு பதிப்பிற்கு உதவிய நோஷன் பிரஸ் பதிப்பகத்திற்கு நெஞ்சார்ந்த நன்றி. இறுதியாக என் கவிதைகளை வாசித்து,பின்னூட்டமளித்து உற்சாகப்படுத்தும் என் சக

பேராசிரியர்கள்,மாணவர்கள் மற்றும் வாசகர்களுக்கு உளம்கனிந்த நன்றிகள்.

சி.அஷ்வின் பரமேஷ்வர்

அலைபேசி எண் : +91 9962132244

மின்னஞ்சல் முகவரி: parameshwarashwin@gmail.com

1. காலம்

கடிகார சுழற்சிக்குள் அடங்கிவிடுவதா?

நினைவுகளை திரும்பிப் பார்ப்பதன் விளைவா?

ஓடிடும் நாட்களை நம்முன் காட்டும் கண்ணாடியா?

தேடிடும் ஆசைகளை தன்னுள் வைத்திருக்கும்
பெரும் ஜாடியா?

காதலியின் கைப்பிடித்து கடலலையை
ரசிக்கும்போதும்

குளத்தில் கல்லெறிந்து நண்பனுடன்
கதைபேசும்போதும்

ஈக்களைப் போல மொய்க்கும் வானத்து
விண்மீன்களை

மெய் மறந்து பார்த்த நாட்களில்

உறக்கமற்ற இரவுகளில் இசையென்னும் சிலந்தி
வலையில்

பூச்சியாக சிக்கிக்கொண்டு இன்பம் கண்டபோதும்

பொன்னிறப் பகலவன் மலைக்குப் பின்
மறைகையில்

கூடு திரும்பும் பறவைகளைப் பார்த்து
வியந்தபோதும்

காலம் கடந்து செல்கிறது, சிறுத்தையின்
ஓட்டத்தைப் போல

அன்புக்குரியவர்கள் விலகிச்சென்று மௌனம்
காக்கும்போதும்

ஆசைப்பட்டவை அருகிலிருந்து கிடைக்காத போதும்

புறக்கணிப்புகளால் துவண்டு போய் அழுகை
முட்டும்போதும்

நோய் முற்றிய வேளைகளில் தனிமை
வாட்டும்போதும்

காலம் தவழ்ந்து செல்கிறது, நத்தையின்
ஊர்தலைப் போல

இது தெரியாத தொடக்கத்திற்கும் அறியாத
முடிவிற்கும்

தற்செயலாக பிறந்த குழந்தையா?

இல்லை தெரிந்த மரணத்தை சந்திக்க

வாழ்க்கைத் தேர்ந்தெடுத்த வழித்துணையா?

காலம் அதுவாகவே உள்ளது

அர்த்தப்படுத்திக் கொள்கிறோம் வெவ்வேறாக

எழுத்தென்னும் உதட்டால் அவளை முத்தமிட நெருங்கினால்

நகைத்துக் கொண்டே நகர்கின்றாள் மௌனத்துடன்.

(ப்ரக்ருதி அமைப்பு - அமெரிக்க தூதரகம் நடத்திய கவிதைப் போட்டியில் பரிசு பெற்றக் கவிதை)

2. பட்டம்

மனம் விட்டு சிரிக்க விரும்புகிறேன்;
சிரித்துக் கொண்டே இருந்தால் பைத்தியமாம்!
துக்கம் விலக்க அழத் துடிக்கிறேன்;
அது ஆண்மைக்கு அழகல்லவாம்.

புத்தகம் எறிந்து விளையாட விரும்புகிறேன்;
எதிர்காலம் கேள்விக் குறியாம்.
வகுப்புத் தோழியிடம் பேசினேன்;
கலாச்சாரக் கேடாம்.

முதல் மதிப்பெண் எடுக்கத் தவறினேன்;
நான் உருப்படாதவனாம்.
வேலை தேடி கிடைக்கவில்லை;
நான் உதவாக்கரையாம்.

தாழ்த்தப்பட்ட பாண்டியிடம் நட்புக் கொள்ளாதே,
அவன் கெட்டவன்
படிக்கும் சுரேசுக்கு எடுபிடியானால்

நான் நல்லவனாம்.

பணம் செலவழித்தால் ஊதாரி, சிக்கனம் பிடித்தால்
கஞ்சன்.

பெண்களைப் பார்த்தால் பொறுக்கி,
இல்லையென்றால் அம்மாஞ்சி.

பளபளக்கும் உடையணிந்தால் பணக்காரத் திமிர்.

கிழிந்த சட்டையானால் ஏழை நாய்.

தமிழில் பேசினால் முட்டாள்;

ஆங்கிலம் பேசினால் பீட்டர்.

பலர் பார்க்க உதவினால் நடிக்கிறான் என்பர்,

கண்டுகொள்ளாமல் சென்றால் மனிதநேயமற்றவன்.

லஞ்சம் வாங்கினால் நேர்மை இல்லாதவன்;

வாங்காவிடில் பிழைக்கத் தெரியாதவன்.

சிகரெட் புகைத்தால் சீரழிந்தவன்;

புகைக்காவிடில் சின்னப் பையன்.

இனி காதுகள் இல்லை எனக்கு;

கொடுத்த பட்டங்களைக் கிழித்துப் போட்டேன்;

நூலறுந்த பட்டமாய்

வானில் பறந்தேன்.

(ப்ரக்ருதி அமைப்பு - நடத்திய கவிதைப் போட்டியில்
பரிசு பெற்றக் கவிதை)

3. காகிதமழை

வெண்பஞ்சை வெவ்வேறாக்கி விட்டுச்சென்றான்
ஒருவன்
சூரியனின் சூட்டால் கருத்துவிட்டன அவை
சூடுவைத்த முதலாளியை எதிர்க்க
கூட்டம் கூட்டினர் மேகத் தொழிலாளிகள்.

வெம்மையை விரட்டி நீர்த்துளிகளை திரட்டி
மண்ணை நனைக்கின்றன வானத்து கடல் நுரைகள்
இருளோடு ரகசிய ஒப்பந்தம் மேற்கொண்டு
பகலை தோற்கடித்தது கார்கால போர்ப்படை

இந்த இருள் தருவது இன்னலை அல்ல, இன்பத்தை
மனப்பின்னலை அல்ல, உயிர் மின்னலை
விண்வெளியில் தீபாவளி போலும்
இடியென்னும் சரம் கொளுத்தி விட்டனர்.

வறண்ட நிலம் தாகம் தீர்த்துக் கொண்டதால்
நாசியை தீண்டிச் செல்கிறது மண்வாசம்
படித்துறைகளில் பாசி, சாலையில் இல்லை தூசி

அனைத்து சத்தங்களையும் சிறைப்பிடித்தது மழை,
தன் மேளத்தை சிறைக்காவலனாய் நிறுத்தி!

ஈரம் -எத்தனை எத்தனை மாற்றம் இதனால்;
இரவுப் பாடல் தவளைகள், கிரீச்சிடும் பூச்சிகள்
ஈசல் கூட்டங்கள், நத்தை பேரணிகள்
வெயில் என்னும் சர்வாதிகாரியின்
வண்டிச்சக்கரத்தை வளைத்துவிட்டதே மழை!

இச்சைக்கும் பச்சைக்கும் தீரா ஈர்ப்பு;
காய்ந்த கிளைகளில் இலை துளிர்க்கும்;
பச்சை விழித்திரை காதல் கக்கும்.
எத்தனை மரங்களை காதலிப்பது;
நான் ஏகபத்தினிவிரதன்.

முனி கோயில் குளம் குளித்திருந்தது;
தாமரை தன் இதழ் விரிக்க;
ஆநிரை தன் நா நனைக்க,
உயிரை உமிழ்ந்தது நீர்.

வரலாமா என்று அனுமதி கேட்ட கதிரொளிக்கு
பணியிடை நீக்க ஆணை கொடுத்தது மழை
இத்தனை காதலா நிலத்தின் மேல்?
ஒரு மாதமாக நிற்கவில்லை முத்தக்கச்சேரி.

மரவள்ளிக் கிழங்கும் தேநீரும் என்னுள் காணாமல்
போகின்றது

மண் குடித்த மழைநீர் போல

இரவு முகம் கழுவியது; விடியல் வந்தது;

கார்மையை அப்பிவிட்டு தப்பிச்சென்றாள்
மழைக்கள்ளி.

எல்லை துறந்த வானம் போல் கொட்டியது
வரித்துளிகள்

பிரம்மாண்ட மழையை என் பேனாவுக்குள் அடைக்க
நினைத்தேன்;

கோபம் கொண்டு விடைபெற்றாள் காகிதமழை.

4. புகைவழிப் பாதை

என் உதடுகள் பிரிந்திருக்கும் சதை மலைகள்

அதை இணைத்திடும் வெள்ளை நதியே,
வெண்சுருட்டே -

உன் உள்ளே அடைந்து கிடக்கும் துணுக்குகள் என்

நுரையீரலின் மூச்சுப் பந்துகளை அடித்து
விளையாடும் மட்டைகள்

என் இதய வயலில் ஊர்ந்து செல்லும் தனிமை
பூச்சிகளைக்கொல்ல

எனக்கு நானே தெளித்துக் கொள்ளும் பூச்சிக்
கொல்லி நீ.

செல்லும் பாதையில் தென்படும் உறுப்புப்
பாறைகளை

வெந்நீரால் குளிப்பாட்டுகிறாய், கண்ணீரை
நிப்பாட்டுகிறாய்

வெயில் காலத்தில் நான் ஊடல் கொண்ட காதலன்.

மழை நாட்களில் நாம் தேன்நிலவு செல்லும் புதுமண
தம்பதி.

உன்னைச் சாம்பலாக்குவதற்கு காரணம் உண்டு:

என் ரகசியங்களை அறிந்த உளவாளி நீ

ஒரேடியாக சாக பிடிக்காதவர்களுக்கு தினம் தினம்

கொஞ்சம் கொஞ்சம் நஞ்சளிக்கும் விரல்நீள எமன் நீ.

5. ஒரு அரசியல்வாதியின் காதல் கவிதை

கண்ணே! நீ ஐந்தாண்டுக்கு ஒரு முறை வரும் தேர்தல்

மற்ற நேரங்களில் உறங்கும் நான்

உன்னை பார்த்தால் மட்டும் சுறுசுறுப்பாகிறேன்

உன் பார்வை பணத்தை விட்டெறிந்து

இதயத்துடிப்புகளை வாங்கி விட்டாய்

டெபாசிட் இழந்து விட்டது மூளை

நாடி நரம்பெல்லாம் புகுந்து பிரச்சாரம் செய்பவளே

யாரும் பார்க்காதபோது என்னுள் விழுந்த கள்ள ஓட்டு நீ

நான் அறிவித்த திட்டங்களை அன்றே மறப்பவன்

உன் அரிவாள்மனை புருவங்களை மறக்க முடியவில்லை

என் ரத்தத்தை பசையாக கொண்டு மனமென்னும் சுவரில்

உன் முகத்தை போஸ்டர் அடித்துச் சென்றுவிட்டாய்

தயவுசெய்து என்னை சொந்த தொகுதியாக நினைத்துக் கொள்

வளர்ச்சிப் பணிகளுக்கு சில முத்தங்கள் போதும்

நீ நேற்று தொடங்கப்பட்ட கட்சியானாலும்
பரவாயில்லை

ஒரு சைகை காட்டு, மணமேடையில் மாநாடு நடத்தி

உன்னை முதலமைச்சர் ஆக்குகிறேன்

நான் என்றுமே நம் காதல் பெருமையை ஊருக்குச்
சொல்லும்

கொள்கை பரப்பு செயலாளர்.

6. நினைவற்ற ஓடம்

கும்மிருட்டு கூத்தடிக்கும் மாய வனத்தினில்

விமானத்திலிருந்து குதித்து விட்டேன்

நட்ட நடு காட்டினில் நட்டு வைத்த
குரோட்டன்ஸ் போல்

அந்நியமாய் நிற்கிறேன் இந்த பிரதேசத்தில்

ஊசியிலை மரங்களின் உச்சந்தலை கிளைகள்

காற்றில் ஆடுகின்றன தலையாட்டி பொம்மைகளாய்

கலைமகள் போல் வெள்ளை ஆடை உடுத்தும்

ஏ நிலவே, நீ தலைமுடி விரித்து
அமாவாசையாகினாயோ

மோக மதுவை பருகும் சத்தம் கேட்கிறது

மேகமது கூடும் விளைவினால்

நகர பயம் கொள்ளுது கால்கள், இது நரகக் காடாக
இருக்கலாம்

இரவு விடியட்டும் என காத்திருந்தால்

அர்த்த ஜாமத்தில் ஆந்தை அலறுகிறது

இங்கு பகலே கிடையாது என்று

நாட்கள் மாதமாகி, மாதங்கள் வருடமாகி

வருடங்கள் யுகமானது. உறைந்து போன யுவனாக

இங்கேயே இருக்கின்றேன்

இந்த மௌன சமுத்திரத்தில் எண்ணிலடங்கா ஓடங்கள்

அசைவற்று உள்ளன

அதில் நானும் ஒருவன், நான் நினைவற்ற ஓடம்.

7. காத்திருத்தல்

குழந்தைகள் - கோடை விடுமுறைக்காக

தவளையும் மயிலும் - மழைக்காக

பெண் - தாய்மைக்காக

ஆண் - அங்கீகாரத்திற்காக

பறவைக்குஞ்சு - பறப்பதற்காக

விதை - மரத்திற்காக

மரம் - பூக்களுக்காக

இலை - உதிர்வதற்காக

கரையில் நிற்கும் படகு - மிதப்பதற்காக

நடுக்கடல் புயல் - கரை கடப்பதற்காக

விறகு - எரிவதற்காக

பாம்பின் தோல் - உரிவதற்காக

துருவங்கள் - வெயிலுக்காக

தண்டவாளம் - ரயிலுக்காக

என காத்திருப்போர் பட்டியல் நீளமானது

காத்திருத்தல் முடிந்த பின் காத்திருக்கிறோம்

மறுபடி காத்திருப்பதற்காக......

8. பூமியை வாழ விடு

எண்ணிலடங்கா ஆண்டுகளுக்கு முன்
எவனோ ஒரு குயவன் வடித்த
சுற்றும் உயிர்ப்பானை
நீர் சுமக்கும் நீலபூமி

விண்கற்களும் எரிமலைக் குழம்பும்
ஓயாத மழையும் புயற் காற்றும்
உளிபோல் செதுக்கி அழகாய்
கொடுத்த சிலை, பச்சை நிலம்

பலப்பல உயிர்களை நீக்கிவிட்டு
பரிணாமம் தந்த பரிசாம் மனிதப்பிறவி
வருந்த வைத்து விட்டோமே நம் அன்னையை!
பால் சுரந்த மார்பில் ரத்தம் கசிகிறதே

பல வண்ண பூக்களும் பறவைகளும்
சுவாசிப்பது ஒரே காற்றைத் தானே
அவை கூட மலருக்கு வலிக்காமல் தேனெடுக்கும்
தேவையான அளவுதான் உணவருந்தும்

கிளைகளை வெட்டுவதே குற்றம்
வேரையுமா பிடுங்க வேண்டும்?
எறும்பினை கொல்வதே பாவம்
என்ன செய்தது யானை?

நச்சுப் புகையினை கக்கிவிட்டு
ஆக்ஸிஜன் முகமூடிகளை தேடுகிறோம்
விண்முட்டும் மரங்களை வெட்டிவிட்டு
தொட்டியில் போன்சாய் வளர்க்கிறோம்

ஹிரோசிமாவை அழித்த நமக்கு
ஒரு ரோஜாவைப் படைக்கத் தெரியுமா?
ஜன்னல்கள் அமைக்கும் நமக்கு
மின்னல்கள் ஏவத்தெரியுமா?

மெல்லிய இழைகளால் இயற்கை கோர்த்த
மாபெரும் மாலையிது
ஒரு புழுவை நசுக்கினாலும்
புவியின் கண்ணில் நீர் கசியும்

இனியாவது வாழவிடுவோம் இவ்வையத்தை
வள்ளுவன் உவமையாய்க் கூறிய பொறுமைக்கு
களங்கம் வரக்கூடாதென
கைகட்டி நிற்கின்றாள் பூமித்தாய்.

(சூரியன் பண்பலை நடத்திய கவிதை போட்டியில்
கவிஞர் வைரமுத்து தேர்ந்தெடுத்து பரிசளித்த
கவிதை)

9. இதி இதிக்குது

பொம்மை தரவில்லை என தன் அண்ணனிடம்
சண்டையிட்டு
வரமிளகாய் முகம் சிவக்க அழுதாள் சின்னக்குட்டி
சிணுங்கிக் கொண்டே என் கரம் பிடித்தாள்
ஆறுதலுக்குக் குழந்தைகள் தேடுவது
மாமன்களைத்தானே!

அல்லி மொட்டை அழகாய் தூக்கி
மொட்டை மாடி சென்றேன்
கண்ணீர் நிற்கவில்லை, கோபம் குறையவில்லை
ஆத்திரம் கூட அழகானது தான் போலும்

மிட்டாய் கொடுத்தேன், தட்டி விட்டாள்
கதை சொன்னேன், கத்திவிட்டாள்
பூச்சாண்டி அஞ்சுக் கண்ணன்களின்
பாச்சா பலிக்கவில்லை

கருத்த வானம் காற்றை அனுப்பி டாட்டா காட்ட
மெதுவாய் மலர்வித்தாள் தன் முகத்தை
தூறல் இறங்க இறங்க
வெப்பம் குறைந்தது செம்மண்ணில்

பெருமழை வர மாடிக்கூரையின் கீழ் ஒதுங்கினேன்
கைநீட்டி தாளமிட்டாள் மழை மிருதங்கத்தில்
மின்னல் வெட்டியதுபோது இவள் கண்களில்
ஒளிக்கீற்று
காற்றடிக்கையில் விரல் இலைகள் சலசலத்தன

அரை மணி நேரத்தில் அனைத்தையும் மறந்தாள்
படியிறங்கி வருகையில் வானத்தில் பெருஞ்சத்தம்
பதட்டத்துடன் கூறினாள் "மாமா சீக்கிலம் போ
இதி இதிக்குது அண்ணன் பயப்பதுவான்".

(ப்ரக்ருதி அமைப்பு நடத்திய கவிதைப் போட்டியில்
பரிசு பெற்றக் கவிதை)

10. ஆழம்

சுற்றித் திரும்பினால் மெல்லிய வெளிச்சம்
காற்றடிக்கும் ஓசையோ
அன்றாட மனித சத்தமோ வாகன இரைச்சலோ
ஒன்றும் இல்லை இந்த நீர்க் குகையில்

வயிறு முளைத்த இடியாப்பமாய் ஜெல்லி மீன்கள்
ரோதை இல்லாத ரயில் பெட்டித் திமிங்கலங்கள்
மிதக்கும் செடிகள், நளினமிகு கடற்குதிரைகள்
என உயிரின் சமுத்திரம் இது

இரை தேடி அலையும் டால்பின்கள்
இடை முட்டி அன்பைப் பொழிகின்றன
படைத்தவனே பயிற்சி கொடுத்த
பாதுகாப்பு வீரர்கள் இவை

ஐம்புலன்களையும் அடக்கி
வினை முடிப்பவர் இங்குள்ளார்
நீலக்கடலையே சொட்டு நீலம்
போட்டு துவைக்கிறது ஆக்டோபஸ்

மனிதக்கால் படாத இருள் மணலில்
வெளிச்சம் கக்கி அலைகின்றன
விசித்திர வடிவ மீன்கள்
இந்த மின்னல் குஞ்சுகள் கடலின் கைவிளக்குகள்

பவளப்பாறைகளை கட்டி அணைத்தபடி
முத்துச்சிப்பிகளை கையில் ஏந்தியபடி
என் மூச்சின் குமிழிகளை கண்டுகொண்டே
மிதக்கிறேன் குபேரனின் நீச்சல் குளத்தில்

வானம் பார்க்க முகம் நீட்டினால்
மேகம் இட்ட முட்டைகளாய்
கீழே இறங்கி மேலே பறக்கின்றன
அதிசயங்கள் அறிந்த கடற்பறவைகள்.

11. ஆசைரயிலின் நெடும்பயணம்

சிறிய பொருட்களைப் பார்த்து
குழந்தைகளுக்கு வரும் ஆசையைப் போல
அலை அலையாய் மனக்கரையை
தொட்டுச் செல்கின்றன ஆசைகள்

ஆசை ரயில் ஊருக்கு வந்துள்ளது
என கற்பனை முரசுக்காரன் தண்டோரா போட்டான்
காசேதும் கொடுக்காமல் உலகை சுற்றி வந்தேன்
இந்த உலோகப் பறவையில்

எகிப்திய பிரமிடுகளை பாலை மணலில் படுத்து
அவை விண்மீன்களோடு உரசுவதைப் பார்த்தேன்
ஆர்க்டிக் பனிமலையில் நின்று
அரோரா ஒளிமழையைக் கண்டேன்

பெங்குயின் கூட்டத்துக்குள் நுழைந்து
தத்தி தத்தி நடந்தேன்
பனிக்கரடிகளின் விளையாட்டை
பதுங்கி நின்று பார்த்தேன்

தூக்கணாங்குருவிக் கூட்டில்
புகுந்து தேனீர் குடித்தேன்
தட்டான் மீதேறி மழைத்துளிகளுக்கு
நடுவில் புகுந்து மகிழ்ந்தேன்

தம்ளரில் இருந்த பாலை
தட்டிவிட்டது போல சிதறிக்கிடக்கும்
பால்வெளியை ஒளியாண்டு குதிரையில்
அமர்ந்து சீக்கிரம் பார்த்துவிட்டேன்

இந்த ரயில் இலைமீதும் செல்கிறது
இமயமலை மீதும் செல்கிறது
இன்னும் சுற்ற வேண்டும் எனக் கேட்டவனுக்கு
நாளை வருகிறேன் எனக் சொல்லி மறைந்தது

என் சக பயணிகளே யாரும் கண்விழிக்காதீர்
காத்திருப்போம் கனவுத் தண்டவாளத்திற்கு ரயில்
வரும்வரை.

12. நிழல் உருவங்கள்

(ஒரு அரசு மருத்துவமனையில் கண்ட காட்சிகளும்
அவதானிப்பும்)
படிகளில் ரத்தச் சிவப்பு எச்சில் கறைகள்
திரும்பிய திசையெல்லாம் அமைதியான முகங்கள்
தேடல், விரக்தி, வெறுப்பு, இயலாமை,
துக்கம், ஏக்கம் யாவும் கடந்து சென்ற கால்தடங்கள்

இவர்கள் இருளும் ஒளியும் நடத்தும் விளையாட்டில்
அகப்பட்டுக் கொண்ட அபலைகள்
தரையில் துண்டு விரித்து கனவுகள்
மேல் உறங்கும் விட்டில் பூச்சிகள்

புகைப்பழக்கத்தால் தன் மற்றொரு காலையும்
இழந்த கணவனுக்கு கண்ணீரை விரட்ட முடியாமல்
ஈக்களை விரட்டும் மனைவி
ஓட்டைப் படகான பின்பும் மிதக்கப் போராடுகிறாள்

மருத்துவரின் பதிலுக்காகக் கேள்விகளை
சுமைதூக்கும் தந்தைகள்
கேள்வி பதில்களுக்கு வாய்ப்பே தராமல்
நிசப்தமான உயிர்கள்

மகிழ மரத்தின் நிழலில் அமர்ந்து
அமரர் அறையை வெறித்துப் பார்க்கும் சிறுவன்
நட்சத்திரங்களை பல்லி மிட்டாய்களாய் நினைத்து
எடுக்க எத்தனிக்கும் புற்றுநோய்க் குழந்தை

இது நாம் பார்க்க விரும்பாத
நிழல் உருவங்களின் கண்ணாடி
அவர்களின் கரையான் அரித்த நம்பிக்கை மரத்தை
தூக்கிச் சுமக்கும் ஆணிவேர்.

13. ஒரு புழுவின் யாத்திரை

பல மாதங்களாக பூமிக்கடியில் உழுத மண்புழு

உலகை சுற்றிப் பார்க்க எண்ணியது

அதற்கு மலைச்சாரலின் மேல் கொள்ளை ஆசை

மண்ணின் ஈரம் அங்கு காற்றில் மிதக்கும் அல்லவா

அருவி கொட்டும் பாறைகளில் அட்டைகள் ஊரும்

அவற்றிடம் காட்டைப் பற்றிக் கதை கேட்கலாம்

அதற்குக் கோயில்கள் மிகவும் பிடிக்கும்

தூண்களில் கூடு கட்டும் புறாக்களைப் பார்க்கலாம்

பிரசாதத்தை திருடிச் செல்லும் எறும்பிடம் பேசலாம்

இரவில் மென் வெளிச்சத்தில் உலவும்

வவ்வால்களை ரசிக்கலாம்

என்றுமே வாய் திறக்காத சிலைகளைத் தரிசிக்கலாம்

அதற்குக் கடல் மேல் தீராக் காதல்

மூழ்கி எழும்பும் சூரியன்

மூழ்காமல் மிதக்கும் கப்பல்

சட்டெனக் குதிக்கும் கோலா மீன்கள்

துறவு பூண்ட சங்குகள்

காற்றில் பறக்கும் புடவையைப் போன்ற அலைகள்

என அதிசய பொம்மைகளின் பெட்டியல்லவா

இவற்றை சுற்றிப் பார்க்க வேண்டியதை எடுத்துக்
கொண்டு

தன் தலை நீட்டியது உற்சாகத்துடன்

என்ன நினைத்ததோ தவிட்டுக்குருவி

கவ்விக் கொண்டு சென்றது மரக்கிளைக்கு.

14. ஒவ்வொரு முறையும்

இதோடு நிறுத்திவிடலாம் என்றால் முடியவில்லை

மழையைப் பற்றி எழுதாமலிருக்க

அதோ அந்த மேகங்கள் திரண்டு வரும்போது

என் கைவிரல்கள் ஐந்தும் பாண்டவர்களாகி

பேனா என்னும் திரௌபதியை

மணம் முடித்துக் காகிதவாசம் செல்கின்றன

ஒவ்வொரு முறை மேகம் பிளக்கும் போதும்

பலரின் கற்பனைத் தோட்டத்தில் தண்ணீர்
தெளிக்கப்படுகிறது

ஒவ்வொரு முறை சாரல் முகத்தில் அடிக்கும்போதும்

அதே தனிமைப் பறவை மனசாளரத்திற்கு அருகில்
அமர்கிறது

ஒவ்வொரு முறை பகல் தன் ஒளிநாக்கை உள்
இழுக்கும்போதும்

இயற்கை என்னும் கருவறைக்குள் கைமூடிக்
கொள்கிறேன்

ஒரு ஆழ்ந்த உறக்கம் சூழ்ந்து கொள்ள

சிறிது நேரம் பிணமாகி, சிறிது நேரம் கவியாகி

காலக்குடுவைக்குள் அடைபட்ட மதுவாகிறேன்

ஒவ்வொரு முறையும் இவை திரும்புகின்றன
சைபீரிய பறவைகள் போல
ஊர் சுற்றச் சென்ற நண்பர்கள் போல
இதயக் கிடங்கில் பதுக்கப்பட்ட முதல்
காதலைப் போல.

15. பிப்ரவரி இருபத்து ஒன்பது

பூமித்தாய் தவமிருந்து பெற்ற பிள்ளை இது

இன்று பிறந்தவர்கள் முதல் பிறந்த நாளை

நான்கு வயதில் கொண்டாட வேண்டும்

இறந்தவர் நிலைமை அந்தோ பரிதாபம்

கண்ணீர் அஞ்சலி முதலாமாண்டு இருக்காது

உழைக்க நினைப்பவர்க்குப் புவியின் கொடை

இதை ஓய்வுக்காகவும் பயன்படுத்தலாம்

காதலைச் சொல்ல உகந்த நாள்

திருமணம் செய்ய மிகவும் உகந்த நாள்

வருடா வருடம் மணநாளுக்கு நகைகள் வாங்க
வேண்டாம்

இன்று பூக்கும் பூக்கள் குறிஞ்சியின் குட்டித்
தங்கைகள்

இது இயற்கை நடத்தும் உலகக் கோப்பை

எல்லோரும் பங்கேற்கலாம்

சிரித்துவிட்டு உறங்குபவர்கள் வெற்றியாளர்கள்.

16. சாலைப்புராணம்

இது கனமான தார்ச்சால்வை
கண்டங்கள் அனைத்திலும் மண்மேல்
போர்த்தப்பட்டுள்ளது
வீடுகளை விட்டு பறக்கத் துடிக்கும் மனிதப்
பறவைகளுக்கு
சில அடிகள் அகலம் கொண்ட வானம்

கனவென்னும் கடலை அடைய
அனைவருக்கும் பொதுவான கருப்பு நதி
இதன் இருகரை மரங்கள்
கோடைகாலத்து விசிறிகள்

மேகங்கள் பொத்துக்கொண்ட நாட்களில்
தனியனாய் நனையும் மண்புழு
வாகனங்கள் செல்கையில் நெளிவதால் என்னவோ
அங்கங்கு முளைத்துள்ளது வேகத்தடை

சிதறிக் கிடக்கும் உறவுக்கார மல்லிகைகளை
கோர்க்க உதவிடும் வாழைநார்
யாருமற்ற நேரங்களில் வண்டுகளின் சத்தங்களை
ரசிக்கும் இசை ஆர்வலன்

உதிர்ந்த கொய்யாப் பழங்களை
அணில்களுக்காக பொத்திவைக்கும் உயிர்நேசன்
இரவெல்லாம் குடித்துவிட்டு கிடப்பவனை
மனைவியிடம் காட்டிக்கொடுக்கும் கருப்பு ஆடு

எதிர்வரும் காதலியிடம் பேச நினைப்பதை
முதலில் தெரிந்துகொள்ளும் உளவாளி
பனிக்காலத்தில் புகையூதும் சுருட்டுப் பிரியன்
உதிர்ந்த இலைகளின் மெத்தை

இவ்வளவு அழகான கார்முகத்தில் விபத்தில்
இறந்த குழந்தையின் ரத்தம்தான் உறுத்தும்
செம்புள்ளிகள்.

17. *சீசர்*

சீசர் கம்பீரமானவன், எலும்புத்துண்டுக்கு அலையும்
அற்பனல்ல.

முழுக்கோழியை அழுக்கும் அழகன்.

வீட்டுக்குக் காவல் என வளர்த்தால்

இவன் ஊரையே ரோந்து பார்ப்பான்

இரவில் நான் வந்தால் கூட குரைத்து மோந்து
பார்ப்பான்

அம்மாவுக்குச் சின்னப்பயலே

அப்பாவுக்கு 'நாய'கன்

தங்கைக்குத் தம்பிப்பாப்பா

நான் அவனுக்கு அண்ணனாம்

ரொம்ப நாள் கழித்து வந்த உறவினரை

சீசரிடம் இவ்வாறு அறிமுகப்படுத்தினார் அம்மா

"சின்னப்பயலே, இங்க பாரு பெரியப்பாவை"

ஒரு கடி கடித்துவிட்டார் அவர்.

பால் கொண்டு வரும் சாமி அண்ணனுக்கு

பிரத்யேக வாலாட்டு

ரோசி கடந்து போனால்

பௌ பௌ தாலாட்டு

சோகத்துடன் அமர்ந்தால் அடுத்த வீட்டுத் துணியை
இழுத்து வந்து பன்னீர் தெளிக்கிறாய்
என்னுடன் மழை ரசிக்கக் கற்றுக்கொண்டாய்
நான் உன் பிழை பொறுக்கக் கற்றுக்கொண்டேன்
நான் மனிதனாம், நீ நாயாம்
என்னைப் பொறுத்தவரை நீ சீசர்
நான் கொலை செய்யத் திட்டமிடாத புரூடஸ்.

18. கூடுவிட்டுக்கூடுதல்

என்னைப் பற்றிய உன் கற்பனைகள்
என்னவாக இருக்கக் கூடும் எனத் தெரிந்துகொள்ள
நீ கண்ணயர்ந்தபோது நுழைந்தேன்
உன் கனவு மாளிகைக்குள்

குதிரை பந்தயம் நடக்கிறது
அரங்கத்தில் நீ, குதிரையாக நான்
ஜெயிக்க வேண்டும் என ஓடுகிறேன்,
காயம் படக்கூடாது என துடிக்கிறாய்.

வெற்றிக் கோப்பையை வாங்கி கணைக்கையில்
என் மீதேறி அமர்கிறாய், கழுத்தை அணைக்கிறாய்.
காதருகே கதைக்கிறாய் - ஏய் திருட்டுக் குதிரையே!
கோப்பையை தூக்கிப் போடு, என்னைத் திருடிச்செல்.

ஓட்டம் எடுக்கின்றன கால்கள்

அமெரிக்க பரைரி புல்வெளியில்

இருவரும் பயணிக்கிறோம் காற்றைக்
கிழித்துக்கொண்டு

ஓடும்போதே நான் நானாகிறேன் குதிரை முகம்
விடுத்து

நீயோ பட்டாம்பூச்சி ஆகிவிட்டாய்

அய்யோ என்ன செய்வேன்

உன்னை பிடிக்கத் துரத்தினால்

அந்தப் பைன் மரப்பட்டையில் அமர்கிறாய்

கீழே வந்துவிடு என் காதலியே

இந்த உருவம் தரிக்காமலேயே நீ
வண்ணத்துப்பூச்சிதான்

என் கையில் வந்தமர்கிறாய், நீயாகிறாய்

நான் உருமாறினேன் வெள்ளைக் கொக்காக

உன்னைச் சுமந்து பறக்கிறேன்

பனி படர்ந்த ஆல்ப்ஸ் மலைமேல்

துலிப் மலர்கள் நிரம்பிய தோட்டத்தில்

நான் நானாகிறேன், நீ பூவாகிறாய்

என்ன விளையாட்டு இது இருவரும்
இருவராக இல்லாமல் முகமூடிகள்
சூடிக்கொள்கிறோம்
உன் அன்பின் ஆழத்தை உணர்ந்த பொழுதினில்
இருவரும் இதழ்களானோம் இணைவதற்கு.

19. நிறத்தை விற்பவர்களுக்கு

துவண்டு போய் முகம் கவிழ்க்கிறாள் மாநிறப் பெண்
ஒருத்தி

'இதைப் பயன்படுத்து வெள்ளையாகலாம்' என்கிறாள்
இன்னொருத்தி

தினமும் தடவிக்கொண்டு கண்ணாடியைக் கேள்வி
கேட்டாள்,

'நான் வெள்ளையாகிவிட்டேனா?'

மௌனம் கலைத்த அவள் பிம்பம் பேசியது

நீ அழகாக இருக்கிறேனா? என்று கேள். பதில்
சொல்கிறேன்;

'ஆம், நீ அழகுதான்! உன் முகத்துப் பருக்கள்

ஆசைக் கலைஞன் கட்டிய பிரமிடுகள்'.

சமைத்தபோது தெரித்த எண்ணெய் கன்னத்தைக்
கருக்கிவிட்டது
கோடிக்கணக்கான நம் நாட்டுப் பெண்களின்
அடையாளச் சின்னமது
மண்ணின் நிறம் கொண்ட பெண்ணே
வெள்ளையாக இருப்பதால் என்ன பயன்

அண்டார்டிகாவில் அரிசி விளைவதில்லை
வெற்றுத் தாளைப் படிக்க முடிவதில்லை
நிலவொளியால் இலைகளுக்குப் பயனில்லை
நீ எதற்காக கண்ணீர் வடிக்கிறாய்?

கருப்பு பலூனும் பறக்கத்தான் செய்யும்
பறக்க வண்ணம் முக்கியமல்ல காற்றுதான்
அவசியம்
உன் வாழ்வில் சிறக்க தோல் வண்ணம்
முக்கியமல்ல
உள்ளிருக்கும் எண்ணம் தான் ரகசியம்

நிறத்தை விற்பவர்களுக்கு ஓர் எச்சரிக்கை
தாழ்வு மனப்பான்மைக்குத் தாழிடுங்கள்
பூனைகளுக்குள் பேதமில்லை என்றான்
என் எட்டயபுரத்து முண்டாசுப் பாட்டன்

இனியும் திருந்தவில்லை என்றால் ஒரு யோசனை
சொல்கிறேன்

எங்கள் ஊரில் காக்கைகளுக்குப் பஞ்சமில்லை

அவைகளிடம் கொடுங்கள் உங்கள் பசையை

கசக்கிறது என்று துப்பிவிட்டு பழைய சாதம்
தின்னும்.

20. ஆழிப்பேரலை

கடல் - ஓடிப்பிடித்து விளையாடும் குழந்தைகளுக்கு
விளையாட்டுத் திடல்

கை கோர்த்துக் கதை பேசும் காதலர்களுக்கு மணல்
பூங்கா

சுண்டல் விற்றுச் சம்பாதிப்பவனுக்கு முழுநேர
அலுவலகம்

ஏழைகளுக்குக் கட்டணமில்லாத் திரையரங்கம்

தனிமை பீடித்த முதியவனுக்கு, அலைகள்
மனைவியின் பேச்சு

மணலில் பெயர் எழுதும் மழலைக்கு முதல்
ஓவியத்தாள்

பிக்பாக்கெட்டுகளுக்குப் பணச்சுரங்கம்

கவிதை எழுதுபவனுக்கு எண்ணக்குவியல்

பட்டம் விடுபவன், வாங்கியவன்
பொழுதுபோக்கும் இடம்

மீனவர்களின் அருங்காட்சியகம், மீன்களின்
உற்பத்திக்கூடம்

நிலவோடு நீ இணைந்த வேளைகளில் துக்கம்
கொண்ட

விலைமாதர் கண்ணீர் துடைத்து துயில் கொண்டனர்

நீ பொங்கியதற்கான காரணம் தேவையில்லை;
ஆனால்

அழிந்தது மனிதர்களல்ல, வாழ்க்கைச் சித்திரங்கள்

வீடுகள் அல்ல, தலைமுறைக் கதைகள்

பிஞ்சுகள் அல்ல, எதிர்காலக் கனவுகள்

திரும்பி எழாதே, வார்த்தைகளில் விளையாடும்
வித்தகர்களுக்காக அல்ல

வாழ்க்கையில் வலை போடும் சாமானியர்களுக்காக.

(கல்லூரியில் நடந்த கவிதைப் போட்டியில் திரு
க.ப.அறவாணன் பரிசு கொடுத்த கவிதை)

21. மூடாத விழிகளை மூடவைக்கும்

ஆண்டாள் திருப்பாவை சகிதம்

விடியும் காலைப் பொழுதுகள்

கனவுகளை கோலங்களாக வரையும் பெண்கள்

ஒவ்வொரு புள்ளியும் ஆசையின் குறியீடு

அதிகாலை நிசப்தத்தை கலைக்கும் ரயில்சத்தம்

உறக்கத்தை விலக்கமுடியாமல் பல்துலக்கும்
பிஞ்சுகள்

துண்டால் குளிரை உதறிவிட்டுத் தேநீருடன்

ஊர்க் கதைகளில் மூழ்கிவிட்ட பெரியவர்கள்

கற்பனையில் விடுபட்ட பகுதியைப்போல்

கண்முன் காட்சிகள் விரிகின்றன

அடர்பனி வெண்திரையாய் இருந்து

மனப்படத்தைக் காட்டுகிறது

சிவன் கோயில் ஆலமர விழுதுகளில்

ஊஞ்சலாடியபடி கையசைக்கின்றனர் சிறுவர்கள்

குடத்தில் தண்ணீர் பிடிக்க வந்த பெண்கள்

சிந்தியதென்னவோ காதல் பார்வைகளை

பொரி போடலாம் எனக் குளத்தைப் பார்த்தால்
ஒன்றும் தென்படவில்லை
அதுசரி இது மார்கழியல்லவா
மீன்களின் மூடாத விழிகளையே மூடவைக்கும்
கனவு மாத்திரை கொடுத்து....

22. கா கா கா

மின் கம்பிகளை விட்டுவிட மனமின்றி
பற்று கொண்டு பற்றிக் கொள்ளும் நீர்த்துளிகள்
வைத்துக் கொள்ளும் யாவும் ஒரு நாள் விலகுமென
தட்டிவிட்டுத் தாண்டிச்செல்லும் குளிர்காற்று

கலக்கமடைந்து தெளிந்துவிடும் மனிதரைப்போல
கடந்து செல்லும் வாகனமும் மழைநீரும்
சாரல் தரும் நடுக்கத்தில் பருகுகிறேன்
சூடான தேநீரை கண்களாகக் கொண்ட பெண்களை

கார்மேகத்தின் கரம்பிரித்து பகலிலும் ஒளிர்கிறது
சிவப்பு வண்ண கிறிஸ்துமஸ் நட்சத்திரம்
கூட்டில் வாழும் உயிருள்ள விமானங்களின்
பயணங்களை ரத்து செய்தது கடும் மழை

நடனமாடும் மரக்கிளையை ஜன்னல்வழி
பார்த்துக்கொண்டே
இல்லாத கால்களுக்கு கண்ணீர் அஞ்சலி
செலுத்துகிறாள் சிறுமி
நனைந்து இறங்கும் இறகு ஒன்று தேடுகிறது
பிரிந்து சென்ற சிறகை

சேர்த்து வைத்த உணவை சுவைத்துக்கொண்டே
ஓட்டைக்குள் ஓய்வெடுக்கின்றன எறும்புகள்
அடுப்பினில் கிளம்பும் ஆவியை ஊதியது போல
கலைந்து சென்றன மேகங்கள்

கடல் சேர ஆசைப்பட்டு சாக்கடைக்குள்
சிக்கிக் கொண்டன பழுப்பு இலைகள்,
அதற்கும், இறந்து போன மழைக்கும் மரணகானம்
இசைக்கிறது மொட்டை மாடிக் காகம் -கா கா கா

23. தரிசனம்

கோடுகள் காத்திருக்கின்றன வார்த்தைகளைச் சுமப்பதற்கு

நிரப்புவதற்குத்தான் ஏதோ குறைகிறது என்னிடம்

ஆயினும் எழுதுகிறேன் அனுபவங்கள் புகட்டியதை

இன்னும் உள்ளது இதயக்கதவுக்குள்

தட்டினால் திறக்கவில்லை யாரோ இருப்பதனால்

உடைத்தால் திறந்துவிடும் இருப்பவர் தொலைந்துவிடுவார்

சாவி நுழைய வேண்டிய துவாரத்தில் என் காதுகள்

மென்குரல் ஒன்று முணுமுணுக்கிறது

வரவேண்டாம் இங்கே, இது இருட்டுச் சுரங்கம்

வெளிச்சமிட்டுக் காட்டுவதற்குப் பொய்கள் இருந்தால் பரவாயில்லை

நிதர்சனமான உண்மைகள் இங்கு உறக்கம் கொண்டுள்ளன

விழிப்பதற்கு அவை ஆர்வம் கொண்டாலும்

பார்ப்பதற்கு எனக்குத் தைரியமில்லை

யாரிடமாவது சாவி இருந்தால் எறிந்துவிடுங்கள்.

24. கதிரவன்

இது அண்டமரத்தில் காய்த்த ஆரஞ்சுப்பழம்

உயிர் தந்த ஊற்று, வெப்பக்கடல் காற்று

தகிக்கும் அனல் பந்தே, பக்கத்து மண்டலத்து
விண்மீனை

நீ பகலில் கூடுவதை யாரும் காணக் கூடாது என
கிரகணம் ஏற்படுத்துகிறாயோ!

நீ தூரத்தில் இருந்தே ரசிக்கப்பட வேண்டிய
இளவரசன்

அருகில் வந்தால் சுட்டு விடுவார்கள் உன்
சிப்பாய்கள்

வானச்சுவற்றில் மாட்டியிருந்த மஞ்சள்
ஓவியத்தின் மீது

வழிந்து விழுந்த பிரம்மாண்ட நீர் சொட்டு நீ

கற்பனைக் குழம்பை கொதிக்க வைக்கும் விறகு நீ

மேகச் சல்லடையில் நெல்லாய் விழுகிறாய்

அது உன்னை புடைத்து கதிர்களை அரிசியாய்
கொட்டுகிறது

மாலை பிரிந்துசெல்ல இரவுக்குளத்தில் மூழ்கி
இறக்கிறாய்

வெளிறிப்போன உடலாய் கரை ஒதுங்கிய

உன்னை நிலவென்றோம் நாங்கள்!

25. தொலைதல்

நான் என்னுடனேயே கண்ணாமூச்சி ஆடினேன்
எனக்குள் சென்று ஒளிந்து கொண்டேன்
என்னைத் தேடி என்னுள் அலைந்தேன்
தேடலின் முடிவில் உணர்ந்ததென்னவோ
தேடச் சென்ற நானே தொலைந்து போனேன்
என்பதைத்தான்.....

26. நான் இன்னும் உறங்கவில்லை

நான் இன்னும் உறங்கவில்லை

தெருவிளக்கு எரிந்து கொண்டிருக்கிறது

பக்கத்து வீட்டில் தொங்கும் மணிகள்

காற்றுடன் உறவு கொள்கின்றன

நாய்கள் குரைப்பதை நிறுத்திவிட்டு

காலியான சாலைகளை தமதாக்கிக் கொண்டன

பசியாலோ, நோயாலோ குப்பத்துக் குழந்தை

ஓயாமல் அழுது கொண்டிருக்கிறது

பானி பூரி விற்பவன் வண்டியோடு சேர்த்து

இந்திப் பாடல்களை இழுத்து செல்கிறான்

நசநசவெனப் பெய்யும்

மழை தன் பிரத்யேக மணத்தை

ஜன்னல் வழி அனுப்புகிறது

மின்விசிறியும் கொசுக்களும்

ஏதேதோ பேசிக்கொள்ள

போர்வைக்குள் இருட்டை பூட்டி வைத்துப்
பார்க்கிறேன்

நான் இன்னும் உறங்கவில்லை....

27. காதலன்கள் கவனத்திற்கு

அத்தியாயம் 1 : காதலை உணர்தல்
பரிணாமத்தின் கட்டளைக்கு உட்பட்டு
கட்டவிழ்ந்து கிளம்பும் சில காரணிகள்
மதியநேரத்து வெயிலும் மாலைத் தூறலும்
விரித்துவிடும் தனிமைப் பறவையின் சிறகை

பாலைவனம் பனிமலைகள் புல்வெளிகள்
காட்டாற்று நீர்வீழ்ச்சி யாவும் இணையும்
மூளையின் மத்தியப் பிரதேசத்தில்
கனவுகள் கைப்பற்றும் காலக்குதிரையின்
கடிவாளத்தை

விளையாட்டு வித்தைகள் தாண்டி
புகழ் தரும் மகிழ்ச்சி, வெற்றி தரும் மமதைக்கப்பால்
ஏதோ ஒன்று உள்ளக்குடிசைக்குள்
பிள்ளைப்பூச்சியாக புகுந்திருக்கும்

வறட்சி பெருக்கெடுக்க வாய் நீர் குடிக்கும்

தனிமை ததும்பினால் இதயத்தில் இடிஇடிக்கும்

புற அழகோடு சேர்ந்து வேறு ஒன்று
ஈர்க்குமேயானால்

அது அகமேதையின் கிறுக்கல் கணக்கு

28. அத்தியாயம் 2: காதலை சொல்லுதல்

பரீட்சைக்கு அமர்ந்தால் படித்தது மறந்துபோகும்
காதல் களத்திற்கு வந்தால் மாமல்லன்
பறந்துபோவான்
திருமணம், உயிர்க்கொல்லி நோய் ஆகிய
வரிசையில்
காதலைச் சொல்வதற்கு ஓர் இடமுண்டு

இலக்கியம் படித்து படம் பார்த்து
கற்றதை உடனே மறக்கவும்
பேருந்து நிறுத்தத்திலோ பொது இடத்திலோ
அவசரப்பட்டால்
பின்முதுகில் ரேகைகள் பதியலாம்

உன்னை எனக்குப் பிடித்திருக்கிறது
ஒற்றை வரியில் சொல்ல இது நேர்முகத் தேர்வல்ல
பக்கம் பக்கமாய் பேசிவிடாதே
அரசியல் தலைவனா நீ

கூன் விழாத முதுகோடு
நேர் கொண்டு நடைபோடு
இரண்டடி தூரத்தில் சிரிப்பு விதைகளைத் தூவு
பாக்கெட்டில் ஏனப்பா கைகள்?

முதலில் உன் குழம்பிய மனக்குடையில்
ஆசைக் குழந்தை குதித்ததற்கு நன்றி சொல்
வன்முறை வக்கிரம் விலகி
கவிதைகள் உதித்ததற்கு நன்றி சொல்

இலைகளுக்கும் உயிருண்டு என்ற
உண்மையை உணர்ந்ததற்கு நன்றி சொல்
அலைகளும் கதைபேசும் என
கற்றுத் தந்தவளுக்கு நன்றி சொல்

பூக்களை பறித்துக் கொடுக்காதே
அவை வண்டின் காதலிகள்
பூந்தோட்டத்திற்குக் கூட்டிப் போ
அவள் விரல் பிடித்து கவிதை படி

29. அத்தியாயம்
3: நடுக்கடலில் பயணித்தல்

ஆரம்பத்தில் படபடக்கும் பட்டாம்பூச்சி
பெரும் காற்றடித்தால் கீழே விழும்
தோற்றத்தையே தூக்கிப் பிடித்தால்
மிஞ்சுவது ஏமாற்றம் தான்

மெதுவாக மிதந்து போ இந்த ஓட்டைப் படகினில்
அன்பென்னும் அட்டையை அங்கங்கே அடைத்துவை
அறியாமல் செய்த தவறை மறந்துவிடு
அறிந்தே செய்தாலும் மன்னித்துவிடு

நான் என்று அரக்கன் தலைகாட்டினால்
டான் என்று அடித்துத் துரத்திவிடு
நாம் என்ற தேவதை தூக்கிப் பறப்பாள்
அவளுடன் சேர்ந்து வானளக்கலாம்

சண்டைகள் வரட்டும் அவை ஓசோன் போன்றவை

அவ்வப்போது பொத்துக் கொண்டாலும்
பொக்கிஷமானவை

தத்தமது இலக்கினை அடைய

முத்தமது பாலம் கட்டட்டும்

30. அத்தியாயம் 4: காதலை மகிழ்தல்

பொத்தி வளர்த்தக் குஞ்சுகள்

எட்டிக் குதிப்பதை பெற்றோர் விரும்புவதில்லை

கோபம் கொண்டு குடும்பம் வெடிக்கும்

பதுங்கி செல், பணிந்து சொல்

தன் வீட்டில் அவளின் நற்குணம் பேசு

வாழ்க்கையில் கூட வர

வானத்து விண்மீன்களை எண்ண

அவள் வேண்டும் எனக் கெஞ்சிக் கேள்

பெண் வீட்டுக்குச் செல்லும் போது

குழந்தைகளைக் கூட்டிப்போ

மிட்டாய் வாங்கித் தந்ததற்கு

அவர்கள் மாளிகை கட்டுவார்கள்

அவள் அண்ணனிடம் அடிவாங்க யோசிக்க
வேண்டாம்

அப்பாவின் காலில் விழ சிந்திக்க வேண்டாம்

தன்னிலை எடுத்துரை, அவளையும் அழச்சொல்

எரிமலைகள் எந்நேரமும் வெடிப்பதில்லை

அனைத்தும் கூடிவந்த பின்

அட்சதைக் குவியலில் கைப்பிடி

அனைவரும் சென்ற பின் கட்டிப்பிடி

பின்குறிப்பு ஒன்றை இணைக்கிறேன்

மேற்கூறிய யாவும் நிபந்தனைகளுக்கு உட்பட்டவை.

31. திறக்க முடியாத கதவுக்குள்...

ஒரு பின்னிரவு பெருமழை நேரம்
பின்னிருக்கையில் அமர்ந்துள்ளேன் ஒரு மகிழுந்தில்
அம்மை போட்டது போல் முன்கண்ணாடியை
ஆக்கிரமித்துள்ளன நீர்த்துளிகள்
மறதி என்னும் பெருங்கடலில் நீந்துகிறேன்
நீச்சல் பழகும் மீன்குஞ்சாய்
கதவினைத் திறக்க முடியவில்லை
வியர்வைத்துளி குழப்பத்தில் குளிப்பாட்டுகிறது
பதில் கிடைக்கும் முன்பே
பல தடவை இடி இடிக்கிறது
மின்னல்கள் பயவீணையை மீட்டுகின்றன
யாராவது என்னைக் காப்பாற்றுங்களேன்
ஆத்திரம் நெஞ்சை அடைக்கிறது
இயலாமை இழுக்கிறது நரம்புச் சக்கரங்களை
மழைக்காற்றில் ஆடும் கிளைகள்
இலைகளோடு சில பூதங்களையும் உதிர்க்கின்றது

அவை ஜன்னலருகே வந்து சிரிக்கின்றன
மூர்ச்சையாகின்றன மூச்சிழுப்புகள்
உடம்பு ஜில்லிட விழிக்கின்றேன்
மரணம் இப்படித்தான் இருக்குமோ....

32. சின்னக்குட்டியும் சேவலும்

சின்னக் குட்டியின் வீட்டிற்கு புதிதாக வந்தது குட்டிச் சேவல்

குட்டிச்சேவலை துரத்தி விளையாடினாள் சின்னக்குட்டி

வீட்டில் போடும் தீவனத்தை தின்று ஜீவனம் நடத்தாமல்

புழுக்களைத் தின்றுவிட்டு பக்கத்து வீட்டில் கழியும் இந்த போக்கிரிச் சேவல்

வருவோர் போவோரை கொத்தி ஊர்வம்பை

வீட்டிற்கு அழைத்து வந்தது கொண்டையாட்டிச் சேவல்

கொழுப்பேறிய சேவல் என்ன நினைத்ததோ?

சின்னக் குட்டியை துரத்தி விளையாட ஆரம்பித்தது

அவள் வயிற்றில் ஏறி முகத்தில் கோலமிட்டது

கோயில் பூசைக்கு விருந்து

கறியாகி கிடந்தது ரௌடிச் சேவல்

அதை பார்த்தவுடன் அமைதியானவள்

என்ன நினைத்திருப்பாள் ?

33. மனக்கிணற்றின் தவளைகள்

ரயிலில் போகும்போது பின் செல்லும் மரங்களை
பயணிகள் நினைவு கூர்வதில்லை
அவ்வாறு என்னை மறந்து சென்றுவிட்டாய்
ஆனால் உன் மென்சிரிப்புகள்
நின்னுகுத்திக் காளையாக என் நாட்களை
முட்டுகிறது
நினைவுக் கட்டுமரங்களை உள் இழுத்துச் செல்லும்
கள்ளக்கடல் பெண்ணே!
நரைமுடி பூத்த ஒரு நாளில்
உன் மனக்கிணற்றின் அடியாழத்தில்
சில தவளைகள் சத்தமிடும்
அப்போது என்னைத் தேடி வருவாய்
நான் இங்குதான் இருப்பேன்
பூக்களை ரசித்துக் கொண்டு
சில கவிதைகள் எழுதிக் கொண்டு.

34. பொங்கல்

அரைஞாண் கயிற்றில் அழுக்குக் கோவணத்தோடு
துருபிடித்த மண்வெட்டி, பழுப்பேறிய கரைவேட்டி
சிந்திய வியர்வை கதிர்களாக முளைத்துள்ளன
மகனின் படிப்பு, மகளின் திருமணம்
பேரனுக்குக் கொடுக்க பஞ்சுமிட்டாய்
பேத்திக்கு பூப்போட்ட பாவாடை
அனைத்தையும் தன்னுள் வைத்திருக்கிறது
நெல்மணி

வீதியெல்லாம் வெள்ளையடித்த வீடுகள்
சாலையெங்கும் பலவண்ணக் கோலங்கள்
குயவனைப் பிரிந்த மண்பானை
அலங்கரிக்கப்பட்ட கோயில் யானை
அடுக்கடுக்காய் கட்டிவைத்த செங்கரும்பு
சந்தைகளில் மணம் பரப்பும் முல்லையரும்பு
சூரியனை சண்டைக்கு அழைக்கும் இளமஞ்சள்
காய்ச்சி எடுத்த வெல்லம், சுடப்பட்ட செங்கல்

கூர்தீட்டப்பட்ட வளைந்த கொம்புகள்

காளையர்கள் குறிவைக்கும் புடைத்த திமில்

பரந்த திடலில் அலை அலையாய் மக்கள்

நினைவுகளில் நீந்துகிறது ஜல்லிக்கட்டு

இத்தனை இன்பங்கள் இங்கிருக்க

தொலைக்காட்சிக்குள் தொலைந்தனவே நகரங்கள்

அனைவரும் செல்லுங்கள் கிராமங்களுக்கு

அறுவடைத் திருநாளை வரவேற்க......

(கல்லூரி விழாவில் பரிசு பெற்ற கவிதை)

35. மழலை

வண்ணத்துப்பூச்சியை விரட்டிப் பிடிக்க நினைத்து
உன் அன்னத்துக் கன்னத்தை சேற்றில் நனைப்பவனே
தனி மொழி பேசும் கவிஞன் நீ
பனிமலை பொழியும் தேசம் நீ
எழும் அலை விழுமுன் உரக்கச் சிரிப்பாய்
விழும் அலை எழுமுன் உறங்க அழுவாய்
கரை தொடும் கடலை கடக்க முயல்வாய்
அறை மூடும் கதவை பிடித்து நிற்பாய்
முகம் அறியா மனிதரையும் பற்றிப் பிடித்து
பெயர் தெரியா பறவைகளை சிணுங்கி அழைப்பாய்
வெண்புகை படர்ந்த காலைப் பொழுதினில்
நம் பகை மறந்து தோளைத் தொடுவாய்
மின்மினிப் பூச்சிகளையும் விண்மீன்
கூட்டங்களையும்
கண்முன் கண்டால் கசிந்துருகும் நீ
சாரல் மழையினையும் நீண்ட நதியினையும்
ரசித்துப் பருகும் நீ

காலம் கடந்த கடவுளும் அல்ல
ஞானம் அடைந்த துறவியும் அல்ல
இருள் ஆளும் வானத்தில் ஒளி மின்னல் நீ
சிறைப்பட்ட மனதிற்கு சிறு ஜன்னல் நீ

36. மாயையாக இருந்துவிட்டுப் போகிறேன்

காதலின் எல்லையற்ற வெடிப்புற்ற மணற்திடலில்

கடலின் ஈரத்தை தேடும் ஆமைக் குஞ்சாக
அலைகிறேன்

தாகத்தை போக்கிக் கொள்ள கானல்நீரை
பருகுகிறேன்

வெப்பத்தினால் கிளம்பும் ஆவி

என்னை கட்டியணைத்த உடலை

சுடச்சுட மேலே கொண்டு செல்கிறது

ஒன்றும் செய்ய முடியாத முடவனாய்

அவளின் சலனமற்ற முகத்தை பார்க்கிறேன்

அதோ அந்த கண்கள்தானே என் அந்தரங்கங்களை

முகமூடிகளின்றி பார்த்தது

அந்த இதழ்கள்தானே உயிரின் உன்னதத்தை

முத்த உரையாற்றி கூறியது

அந்த பற்கள்தானே ஆன்மாவின் அறைக்கூவலை

அழுத்தம்பட சொன்னது

அந்த விரல்கள்தானே தனிமைத் தூசிகளை
தட்டிவிட்டு

என்னை பரிசுத்தமானவனாக ஆக்கியது

அந்த நாசியிலிருந்து வெளிவந்த சுவாசம்தானே

மழைகால குளிர்காற்றாய் என்னை வருடியது

அந்தத் தழுவல்கள்தானே காலப் பெருவெளியில்

அனாதையாய் தவித்த குழந்தைக்கு

உறவின் மகத்துவத்தை உணர்த்தியது

மாயமாக மறைந்துவிட்டு என்னை
நிலையானவனாய்

ஆக்கிச் செல்லும் தேவதையே

சற்று பொறு வருகிறேன்

நானும் மாயையாக இருந்துவிட்டுப் போகிறேன்…

37. ரகசியம்

யாரிடமும் சொல்லாதே
உன்னிடம் மட்டும்தான் சொல்கிறேன்
என்று குறைந்தது பத்து பேர்களிடம்
சொல்லிவிட்டு, செய்தி பரப்பியவர்களின்
பெயர்களை ரகசியமாக
வைத்துக்கொள்கிறார்கள்
ரகசியம் காப்பவர்கள்!

38. தொண்ணூறுகளின் மூன்றாம் வகுப்பு மாணவனின் காதல் கடிதம்

வீட்டுப்பாடம் முடிக்காத அன்று வந்த பெருமழை விடுமுறை நீ! கார்ட்டூன் சேனலாக உன்னை ரசித்து கொண்டிருப்பேன்..

டாமாக நான் விலகி போனாலும் தாமாக நீ வந்து ஜெர்ரி போல் இம்சிக்கிறாய்!

பலகையில் பெயர் எழுதி மிஸ்ஸிடம் மாட்டிவிடும் பொல்லாத உலகத்தில், ஆயாம்மாவாக வந்து அரவணைத்தாய்..

பென்சில் பாக்ஸில் ஒளிந்திருந்த சில்லறை நீ! இடைவேளையில் மிட்டாய் கடையில் நான்!

உலகத்தை காக்கும் நாயகனாக நினைத்துக் கொண்டு கற்பனையில் வாழ்ந்த என்னை, ஒரு உளுந்து வடையை கொடுத்து நான் சல்லித்தனமானவன் என உணரவைத்தாய்!

ரிக்ஷா மாமாவின் வண்டி ரோதையாக என் காதல், பள்ளி அருகே இருக்கும் மணல் மேடாக உன் இதயம்,

தாண்டி செல்ல முடியவில்லை.. காந்தி காலத்தில்
பிறந்திருந்தால் தண்டியாவது சென்றிருப்பேன்!

இந்தியன் படத்தில் வரும் ஒட்டகமாக நான்!

மனித கொரில்லாக்களுக்கு நடுவில் வாழும் என்னை

மனிஷா கொய்ராலாவாக வந்து நேசிப்பாயா!

அரையாண்டு விடுமுறையில் வினாத்தாளை
கொடுத்து அசைன்மெண்ட் எழுத சொல்லும்
காலத்தில் பேனா மையில் ஊறி களைத்த பார்கர்
பென் நான்!

ஊருக்கு வந்து ஊஞ்சலாடி திளைத்த அத்தை
பென் நீ!

கடைசி வரை காதலை சொல்லவே இல்லை
என்றாலும், நீ என் நினைவுகளை விட்டு செல்லவே
இல்லை..

39. ஒரு கல்லூரி மாணவனின் காதல் கடிதம்

உன்னை பற்றி வரி வரியாக எழுதி
வரிக்குதிரையாக ஓடியது என் காலம்
கருப்பு வெள்ளையில் உறைந்து போய் !

நூலகத்தின் புத்தகங்களுக்கு உன்மேல் பொறாமை
அவைகளின் தலைப்புகளை கூட பார்த்ததில்லை
உன் தலைப் பூக்களை மட்டும் பார்த்ததனால் !

பருவத்தேர்வில் விடை எழுதுவதில் சிரமமில்லை
பருவம் நமக்கு வைத்த தேர்வில்தான்
தேர்ச்சி பெறுவது கடினம்போலும் !

கரியரை பற்றி நினை என்றார் ஆசிரியர்
அரியரை பற்றிக்கொண்டு அலைந்தேன் நான்
என் இதயத்தை உனக்கு கூரியர் அனுப்பியதால் !

வகுப்பறை மேசையில் இருவர் பெயரும்
உன் பெயரை தவறாக எழுதிவிட்டேன்
அடித்து திருத்தினாய் பெயரையும்,என்னையும் !

கல்லூரி சுற்றுலாவுக்கு நீ வரவில்லை
நானும் செல்லவில்லை,நம் காதல் மட்டும்
கதையாகி பயணித்தது பேருந்தில் !

உனக்காக வாங்கி வைத்திருந்த இனிப்பை
எறும்புகள் திருடிச்சென்றன,மன்னிப்பு கேட்க
வந்தேன்
தேனீக்கள் உன்னை மொய்த்தன !

அவசரத்தில் ஆட்டோக்காரரை
ஆத்துக்காரர் என நீ சொல்ல
சூடு வைத்த மீட்டராக இதயம் !

மைதானத்தில் இருக்கும் மரங்கள்
பார்த்தது இரண்டைத்தான், நான்
காத்திருந்ததையும்,பூக்கள் பூத்திருந்ததையும் !

நான் புத்தாடை அணிந்த நாட்களில்
நீ விடுமுறையில், பன்னாடை போல் வருவேன்
அமர்வாய் எனதருகில் !

நீல மைய்யில் நனைந்திருக்கும் என் தாள்கள்
நீல மயிலின் தோகைபோல் உன் கால்கள்
படிப்பிற்கும்,இதய துடிப்பிற்கும் நடுவே என்
நாட்கள் !

சமூக சேவை எனக்கு பிடிக்கும்
என் சமூகத்தில் இருந்த ஒரே
நபர் நீதான் !

எனக்கு உன்னை பிடிக்கும்
உனக்கு கவிதைகளை பிடிக்கும்
கவிதைகளுக்கு என்னை !

நீ மட்டும் இருந்தால் சாரல்
மழை மட்டும் இருந்தால் தூறல்
இரண்டும் சேர்ந்தால் நான் புயல் விழுங்கிய படகு !

குறுஞ்செய்தியை பரிமாறின அலைபேசிகள்
பெரும் செய்திகளை பரிமாறின உரையாடல்கள்
காதலை உணர்த்தியதென்னவோ மௌனம்தான் !

40. தவம்

திறந்த வாய் மூடாத முதலை
நனைந்தபடியே மழையில் ஒரு தவளை
பூச்சியை அசைவின்றி பின்தொடரும் பல்லி
ஒற்றைக்கால் கொக்கு
புல்லில் மறைந்திருக்கும் புலி
சிறகடிக்காமல் காற்றில் மிதக்கும் கழுகு
கையில் ஏந்தி பழம் கொறிக்கும் அணில்
மூங்கில்களை மூச்சு முட்ட சுவைக்கும் பாண்டா
அழுக்கான குளத்தில் ஏகாந்தமாக ஆமை
கண்ணாடி தொட்டியில் துவளாத துடுப்புடன்
வண்ண மீன்
என அனைத்தும் தியானித்திருக்க
கற்பனை இலக்கை தேடி
சலனத்தின் இருக்கையில் மனிதன் !

41. கவிதைப்பறவை

நான் வாசித்தவரை
உன்போல் சிறந்த கவிதை இல்லை !
நீ என்னை நேசித்தவரை
என்போல் பறந்த பறவை இல்லை !

42. சர்க்கஸ் நினைவுகள்

நாளிதழில் ஜம்போ சர்க்கஸ் விளம்பரம்

கால் பக்கத்தில் சிறிதாக

தினசரி மூன்று காட்சிகள் என்று...

ஒரு காலத்தில் கோடை விடுமுறையில்

அரங்கம் நிறைந்த காட்சிகளாக...

இன்றோ காற்றும் தனிமையும்

நிரம்பிய கூடாரத்தில்

கவலை தோய்ந்த முகத்தில் வெறுமையுடன்

கலைஞர்கள், கடந்த காலத்தின் சாட்சிகளாக...

சிங்கம் புலிகளை தன் சொல்பேச்சுக்கு

ஆட்டுவிக்கும் ரிங் மாஸ்டர் !

கால்பந்து ஆடும் யானைகள்

சிறிய மிதிவண்டி ஓட்டும் கிளிகள்

கரணம் அடித்து சரணடையும்

பொமரேனியன் நாய்கள்

ஊர்வலம் போகும் ஒட்டகங்கள்

இவற்றுடன் குழந்தைகளுக்கு

பிடித்த கோமாளி ! தன்னை அடித்துக்கொண்டு

பிறரை சிரிக்க வைக்கும் துன்பியல் நாயகன் !

அந்தரத்தில் தொங்கும் ஜிம்னாஸ்டிக்ஸ்
வீராங்கனைகள்

கூண்டுக்குள் பைக் ஓட்டும் வீரன்

பத்து ரூபாய் பாப்கார்ன் சகிதம்

கண்ட காட்சிகள் நினைவுகளாக !

அவர்களை கோமாளிகளாக நினைக்கும் நாம் !

நம்மை ஏமாளிகளாக நினைக்கும் அவர்கள் !

இந்த கோடையில் அனைவரும்

திண்டாடும் அரசியல் சர்க்கஸ் ஆரம்பம் !

43. குரூப் போட்டோ

அடுக்கி வைக்கப்பட்ட மேசையின் மீது
உயர வரிசையின்படி புகைப்பட கலைஞர்
நிற்கச்சொல்ல, நண்பனுக்கு அருகிலேயோ
பெண் தோழிக்கு பக்கத்திலேயோ நிற்க வேண்டும்
என பார்வையால் தங்கள் இடத்தை
பதிவு செய்யும் மாணவர்கள் !
இந்த நாளுக்காக புதிதாக வாங்கிய
உடை உடுத்தி,காதிலே கம்மல் போட்டு
சிநேகிதியுடன் சுயமி எடுத்துக்கொள்ளும் மாணவிகள்
வருடா வருடம் போஸ் கொடுத்தாலும்
புத்துணர்ச்சியுடன் வந்து நிற்கும் ஆசிரியர்கள்
ஸ்மைல் ! சீஸ் என்ற வார்த்தைகளின் வழி
வந்த கண நேர சிரிப்பின் வழி கேமராவில்
உறைந்து போனது வாழ்வில் ஒரே ஒரு முறை
எடுக்கப்படும் இறுதியாண்டு மாணவர்களின்
குழுப்புகைப்படம்...

44. உற்று நோக்கிய கண்கள்...

பல நூற்றாண்டுகளுக்கு முன்பு

கட்டப்பட்ட ஒரு பல்லவக் கோயில்

சிதிலடைந்து கிடக்க !

அதன் காரை பெயர்ந்த சுவற்றில்

தீட்டப்பட்ட வண்ண ஓவியத்தின்

சேதமடைந்த பாதி முகத்தில் எஞ்சியிருந்த

வசீகரமான,ஒளி நிறைந்த அந்த கண்கள்

ஆயிரம் ஆண்டுகளுக்கு முன்பு

அரசனின் அதிகார வேட்கையால்

பலியான படைவீரனின்

கடைசி நிமிடங்களை பார்த்தோ

காதலர்களின் பிரிவுத்துயரை கண்டோ

சிற்பமான யாளியின் கற்பனை

குளம்படி சத்தத்தை கேட்டோ

ஆன்ம விடுதலைக்காக தவமிருந்து

உயிர்துறந்த சமண துறவிகளை தரிசித்தோ

உறைந்து போய் காலக்கண்ணாடி

அணிந்து என்னை உற்று நோக்கின !

வியப்பும் பயமும் ஒருசேர ஆட்கொள்ள
கலையென்னும் மாயவனத்தினுள் நுழைந்து
பாராட்ட அந்த ஓவியனை தேடினேன்
முழுமை பெற்றது ஓவியம் !

45. சத்தங்களால் ஆன உலகம்

ஒரு திறக்கப்பட்ட சன்னல் கதவு போதும்
மொத்த உலகமும் வீட்டினுள்ளே நுழைய
ப்பழேய ஈயம் பித்தாளைக்கு பேரீச்சம்பழம்
பேப்பர் பேப்பர் என கட்டைக்குரல் தாத்தா
கரகர குரலில் இஞ்சினை கணைத்துக்கொண்டு
தன் இருப்பை பதிவு செய்யும் ஸ்டாண்ட் ஆட்டோ
தூரத்தில் செல்லும் பேருந்தின் ஹார்ன் ஒலி
நம் குப்பை நம் பொறுப்பு என்று உறுதியளிப்போமே
இசையோடு சுத்தம் பேணும் மாநகராட்சி வண்டி
தக்காளி வெங்காயம் வாழக்கா வெண்டக்கா
என அன்றாடம் தன் கூடையோடு கடை பரப்பும்
ஆத்தா
அக்கம் பக்கத்து கதைகளையயும் அவ்வப்போது
பரப்புவார்
மழை பெய்து ஓய்ந்த பின்னிரவில் போட்டி
போட்டுக்கொண்டு
கேட்கும் தவளைகளின் சத்தமும் சில்வண்டுகளின்
ரீங்காரமும்

முன்னிரவில் குல்பி ஜஸ் விற்பவரின் சைக்கிள்
மணி ஓசை

நள்ளிரவில் கூர்க்காவின் பிரம்பு சாலையை

உரசிய படி வரும் காதை கிழிக்கும் விசில்

மரக்கிளையின் கட்டற்ற பேய் ஆட்டம்

போதையேறிய காற்று சருகுகளில் சறுக்கும் சத்தம்

காலையில் கேட்கும் மசூதியின் பாங்கு ஒலி

சீர்காழி கோவிந்தராஜனின் விநாயகனே வினை
தீர்ப்பவனே

தேவாலயத்தின் "நேரம் ஆறு மணி" பைபிள் வாசகம்

மா பால்,பேப்பர், அரக்கீரை, சிறுகீரை, பொன்னாங்கண்ணி

என சத்தங்களால் ஆன உலகத்தில்

மெளனத்தை பதிலாக கொடுப்பவன்

ஒன்று வாழ்ந்து முடித்தவனாக

இல்லை வாழ்ந்து கெட்டவனாக !

46. செக்யூரிட்டி

மாலை ஆனால் லுங்கி சட்டை துறந்து
யூனிபார்முக்கு மாறிக்கொள்வார்
பழுப்பேறிய தொப்பியும்
துருப்பிடித்த நாற்காலியும்
அவர்கூடவே செல்லும் !
நிமிடத்திற்கு ஒருமுறையாவது
வரும் போகும் வாகனங்களுக்கு
எழுந்து நின்று வணக்கம் வைப்பார் !
பதில் வணக்கம் வைப்பவர்கள்
பத்தில் இருவர் மட்டும் !
அமருங்கள் என்றாலும்
அடம்பிடித்து எழுந்து நிற்பார் !
காரில் செல்லும் அதே ஆள்
நடந்து வந்தால் இவருக்கு
அடையாளம் தெரியாது
வண்டியை பொறுத்து வணக்கத்தின்
வகைகள் மாறும் !
மரியாதையை பொருட்களுக்கு

கொடுக்கும் உலகத்தில்

அவரை குறைகூற அருகதை இல்லை !

சில நேரம் நள்ளிரவில் பீடி புகையுடன்

தன் கடந்த காலத்தை

தவற விட்ட வாய்ப்புகளை

மலர மறுத்த காதல்களை

பழைய பாடல்களோடு அசைபோடுவார்

அருகில் யாரும் இல்லை என்றால்

தன்னைத்தானே வசை பாடுவார்

செக்யூரிட்டி என்ற வார்த்தைக்கு

சம்பந்தம் இல்லாத அவர் வாழ்க்கையை

யாருக்கும் வணக்கம் வைக்காத

இரவுகளே பகலாக்குகின்றன !

47. செல்ல மறந்த கதை

செயலிழந்த ஒரு செல்பேசி
என்னை செயல்படத்தூண்டியது !
தலைகுனிந்து வாழ்ந்தவன்
தலை நிமிர்ந்த தருணம் இது
நோட்டிபிகேஷனை நோண்டாமல் இருந்ததால்
நோட்டு புத்தகத்தில் வரிகள் நிறைந்தன !
முகநூலை பார்க்க மறந்ததால்
அகமகிழ்ந்து அளவளாவினேன்
கிடைத்த நேரத்தில் கிடப்பில்
போட்ட வேலைகள் வேகமாக முடிந்தன !
மூளையில் கேட்டுக்கொண்டே இருந்த
ஒரு இணையவண்டின் ரீங்காரம்
ஒரு மூலையில் மூச்சடைத்து கிடந்தது
சிலந்தியின் பிடியில் சிக்கிய சிறுபூச்சி
சிறிது நேரம் தப்பிக்கலாம் !
வலைக்கு வந்துதான் ஆகவேண்டும்
அலைபேசி என்னும் புது சிலந்தி
நூல் நெய்ய வலை தளத்தில் மாட்டினேன் !
கலை பேச எத்தனிப்பதால் தப்பித்துக் கொள்வேன் !

48. பட்டங்கள் படும் பாடு

'தளபதி' என்ற போர்க்களம் கண்டவர் பட்டத்திற்கு

பல பேர் சொந்தம் கொண்டாட

அங்க என்ன சத்தம் என்றார் நெப்போலியன்

'புரட்சி' என்ற கிரீடம் சுமந்து பல நடிகர்கள்

என்ன செய்தார்கள் என வருகிறது மிரட்சி!

'தலைவர்' என யார் யாரோ அழைக்கப்பட

அழிக்கப்படுகிறது தியாகிகளின் வரலாறு

'தல' புராணம் பாடி சண்டையிட்டு கொள்கின்றனர்

விளையாட்டு வீரரின் விசிறிகளும்

கதாநாயகனின் ரசிகர்களும்

மக்களால் கொடுக்கப்பட்ட அடைமொழி ஒருபுறம்

பதவியால் வாங்கப்பட்ட பட்டங்கள் மறுபுறம்!

கீழ்கண்ட அடைமொழிகளை தேவைப்பட்டவர்கள்

பயன்படுத்திக்கொள்ளலாம்

காப்புரிமை கோரமாட்டேன்

உண்ணாவிரதத்தில் ஒளிந்து தின்பவரை

'உணவொளி' என்றழைக்கலாம்

நடைப்பயணத்தில் உரை ஆற்றுபவரை

'உரைநடை ' என்று பாராட்டலாம்

மண்,மதத்தை வைத்து அரசியல் செய்பவர்களை

'மன்மதன்' எனலாம்

குறுக்கு வழியில் வெற்றி பெற்று

நேர்மைக்கு விளக்கம் கொடுத்தால்

கலங்'கரை' விளக்கம் என்று கூறலாம்

ஆற்றுமணலை அபகரித்தால் 'மாண்புமிகு மண்புழு'
எனவும்

ஆன்மிக குருவென பெயர்வைத்துக்கொண்டு

சொத்துக்களை சேர்த்தால் 'பொய்ஞானி' எனவும்

பட்டங்கள் வழங்கி இணைய உலகில்

சண்டையிட்டு புரட்சி செய்யலாம் !

49. மதி

காதல் கவிதைகளை படித்த நிலா
இன்று அறிவியலை மணமுடித்து
ஆச்சரிய தேனிலவு சென்றது !
தென் துருவத்தில் தரையிறங்கி
உலகத்தின் புருவங்களை
உயர்த்த வைத்த சந்திரயானே
நீ மதியை மதியால் வென்றாய்!
விஞ்ஞான விதியை பின்பற்றி சென்றாய்
வறுமை ஒட்டிக்கொண்டிருக்கும் தேசத்தை
பெருமை தட்டிக்கொள்ள வைத்தாய் !
இருண்மை சூழ்ந்த பகுதியில்
உண்மை வெளிச்சம் தூவ வந்தாய் !
அங்கு நீர்த்துளிகள் நீட்சி பெற்றுள்ளதா ?
ஈர்ப்பு விசை தாழ்ச்சி கொண்டுள்ளதா ?
கனிம வளங்களை கண்டடைந்தால்
அரசியல்வாதிகளிடம் சொல்லிவிடாதே !
குழந்தைகள் குதித்து விளையாட
நிலவுப்பாறையில் சறுக்கு மரம் உள்ளதா ?

பாட்டி வடை சுட்ட கடை
நிரந்தரமாக மூடப்பட்டுள்ளதா ?
இங்கிருந்து தெரியும் முயலின்
காதுகளை தூக்கி பிடித்து
ஒரு புகைப்படம் பகிரவும் !
லூனாவிற்கு பூச்செண்டு கொடுத்து
இறுதி அஞ்சலி செலுத்தவும் !
உன் களப்பணி இனிதே தொடங்க
உன்னை வாட்டி வதைக்கும் எண்ணற்ற
கவிஞர்கள் சார்பாக வாழ்த்துகள் !

50. மழை விடுமுறை

ஆழ்ந்த உறக்கத்தில் இருக்கும் மழலையை
சட்டென அடித்து எழுப்பினால் வரும்
அழுகையைப்போல்
இடிச்சத்தம் வானக்கருங்கடலில் !
முறத்தில் புடைக்கப்பட்டு கீழே விழும் தானியமாய்
சிறு குறு தூறல்...
நாளை வகுப்பறையில் வீட்டுப்பாடம்
செய்யாமல் திட்டு வாங்கப்போகிறோம்
என்ற பயத்துடன் தொலைக்காட்சி
முன்பு ஆண்டவனையும்,மாவட்ட ஆட்சியரையும்
வேண்டும் பள்ளிக்கூட சிறுவனுக்கு
மழை விட்ட தூதாய் வந்தது விடுமுறை எனும்
செய்தி..
குதூகலத்துடன் கை தட்டியது இடி..
டார்ச் அடித்து விளையாடியது மின்னல்.
மறுநாள் வழக்கம்போல பல்லைக்காட்டி சிரித்தது
வெயில் !

www.ingramcontent.com/pod-product-compliance
Lightning Source LLC
Chambersburg PA
CBHW031434150726
47989CB00002B/941